한 번에 합격하는 대비서

OPIc 베트남어 IM

CẨM NANG LUYỆN THI
BÁCH PHÁT BÁCH TRÚNG

OPIc TIẾNG VIỆT

IM

한 번에 합격하는 대비서

OPIc

베트남어

OPIc 주관사
multicampus
X
한국외국어대학교
공동 개발

multicampus

HU:iNE

OPIc

머리말

최근 많은 국내의 기업들의 베트남 진출과 민간교류의 활성화로 베트남어 학습 및 베트남어 평가에 대한 관심이 높아지고 있습니다. 외국어 학습의 최종 목표는 원활한 의사소통이라는 관점에서 OPIc(Oral Proficiency Interview computer)은 학습자의 말하기 능력을 제대로 평가할 수 있는 시험이라 할 수 있습니다. 전 세계에서 OPIc 베트남어는 베트남어 말하기 평가시험으로 가장 많이 사용되고 있습니다. 한국에서도 한국 기업의 계속되는 베트남 진출로 베트남어 교육 및 평가 수요가 증가함에 따라 기업 임직원 및 베트남으로의 진출을 희망하는 학습자들에게 OPIc 베트남어는 베트남어 말하기 평가를 대표하는 시험이 되었습니다.

그러나 베트남어 말하기 평가인 OPIc에 대한 학습자의 수요가 지속적으로 늘고 있는 데 반해 OPIc을 제대로 알고 준비할 수 있는 교재는 부족했다고 생각합니다. 그렇기에 OPIc 주관사인 멀티캠퍼스와 한국외국어대학교 지식출판콘텐츠원이 함께 준비하여 출간하게 된 <한 번에 합격하는 OPIc IM 베트남어 대비서>는 큰 의의가 있습니다. <한 번에 합격하는 OPIc IM 베트남어 대비서>는 OPIc의 공통 주제와 Background survey(설문조사)를 바탕으로 한 선택형 주제, 역할극(롤플레이) 및 돌발주제를 모두 준비할 수 있도록 교재를 집필하였습니다. 또한 이 교재의 출간을 시작으로 OPIc 베트남어를 준비하는 학습자가 자신의 레벨에 맞춰 말하기 평가를 준비할 수 있도록 OPIc IH, AL 기본서 및 OPIc IM 실전모의고사 및 OPIc IH&AL 실전모의고사 교재들의 순차적 출간을 기획하고 있습니다.

끝으로 이 책을 위해 도움을 주신 한국외국어대학교 대학원 박사과정의 응웬 티 하잉 중(Nguyễn Thị Hạnh Dung) 선생님에게 감사드립니다. 그리고 이 책을 기획하고 출판될 수 있게 수고해주신 한국외국어대학교 지식출판콘텐츠원과 멀티캠퍼스 관계자분들께도 감사의 인사를 전합니다.

여러분보다 한 발 앞서 베트남어를 학습한 사람으로서 이 교재가 여러분의 베트남어 완성의 여정에 조금이나마 도움이 되기를 바랍니다. 앞으로 베트남어로 자유롭게 대화하며 멋지게 일할게 될 여러분들을 응원합니다.

OPIc 이 책의 구성

Câu hỏi 실전 질문

Bây giờ chúng ta sẽ bắt đầu cuộc phỏng vấn. Hãy giới thiệu một chút về bạn và gia đình của bạn.

✔ 실전 질문

베트남어 OPIc 기출문제와 유사한 형식과 내용의 문제가 제시됩니다. 문제를 차근차근 읽어보면서 실제 시험 상황을 예측해 보고 답변을 계획하고 준비할 수 있습니다.

Chuẩn bị 사전 준비

1. 브레인스토밍

답안 구성

Giới thiệu về họ tên, nơi sống, công việc.
이름, 거주지, 직업을 소개한다.

↓

Giới thiệu về tình trạng hôn nhân, các thành viên trong gia đình.
결혼 여부 및 가족 구성원을 소개한다.

↓

Nói về cảm xúc đối với gia đình.
가족에 대한 감정을 이야기한다.

✔ 사전 준비

1. 브레인스토밍

질문에 대해 답변을 하기 위해 계획하는 단계입니다. 질문 주제에 따라 브레인스토밍을 만들어 보면서 예상 질문에 대한 답변에 쉽게 접근할 수 있습니다. 순서에 따라 답변을 계획하고 필요한 어휘들을 생각하여 정리합니다.

2. 자기소개를 위한 문장 연습

예시 문장들을 따라 읽어 보고 각자 상황에 맞춰 문장을 만들어보세요.

여기에 자신의 문장을 써보세요.

자기소개	Tôi tên là ________. ▶ Trước đây tôi sống ở ________. ▶ Từ năm ________, tôi đã chuyển về ________ để ________. ▶ Tôi là ________ của ________. ▶
가족 소개	Tôi đã ________. ▶ Tôi có ________. ▶ Sau khi ________, chúng tôi ________. ▶ Vợ tôi ________ và ________. ▶ ________ đều là ________. ▶
가족에 대한 감정	Tôi thường về nhà ________. ▶ Chúng tôi chỉ có ________ vào các ________. ▶ Vì thế, chúng tôi ________. ▶

2. 문장연습

예상 질문 답변으로 사용할 수 있는 표현들이 제시되어 있고, 나의 답변을 쓸 수 있는 빈칸을 구성했습니다. 자신의 상황에 맞는 적절한 나만의 답변을 직성 작성해 봄으로써 예상 질문에 대한 답변을 준비할 수 있습니다.

Bài mẫu 예시 답안

[해석: 28쪽]

Tôi tên là Lee Minseok. Trước đây tôi sống ở Daegu. Từ năm 2010 tôi đã chuyển về Seoul để tiện cho con cái học tập. Tôi là trưởng phòng của một công ti điện tử.	Giới thiệu bản thân 자기소개
Tôi đã lập gia đình và có 2 con gái. Vợ tôi là bạn cùng lớp đại học với tôi. Sau khi tốt nghiệp đại học, chúng tôi kết hôn. Vợ tôi là nội trợ. Vợ tôi chăm sóc con cái và nhà cửa vì tôi có rất ít thời gian rảnh ở nhà. Các con tôi một đứa là học sinh tiểu học, một đứa là học sinh trung học.	Giới thiệu gia đình 가족 소개
Tôi thường về nhà lúc tối muộn khi vợ con tôi đều đã đi ngủ. Chúng tôi chỉ có thời gian sum họp gia đình vào các ngày nghỉ lễ. Vì thế, chúng tôi rất trân trọng những khoảnh khắc bên nhau.	Cảm xúc đối với gia đình 가족에 대한 감정

예시답안

브레인스토밍과 문장연습에서 정리하고 연습한 내용을 바탕으로 예시답안을 구성했습니다. 예시답안은 학습자의 학습 방법에 따라 '문장연습' 전에 읽어도 좋고 '문장연습' 후에 자신의 답안과 비교하며 읽어도 좋습니다.

어휘			
chuyển về ~로 이사하다	tiện 편리한	con cái 자녀, 자식	học tập 배우다, 공부하다
trưởng phòng 과장	điện tử 전자	lập gia đình 결혼하다, 가정을 이루다	con gái 딸
tốt nghiệp 졸업하다	kết hôn 결혼하다	nội trợ 주부	chăm sóc 돌보다
rảnh 한가한	sum họp 모이다	trân trọng 정중한	khoảnh khắc 순간, 아주 짧은 시간

혼인 유무와 관련하여 더 알아 두면 유용한 단어		
lấy vợ 장가가다	lấy chồng 시집가다	độc thân 독신
chưa kết hôn 미혼	li hôn 이혼하다	li thân 별거하다

✓ 어휘/유용한 단어

예시답안에서 사용된 어휘뿐만 아니라 주제와 관련된 어휘를 제시했습니다. '문장연습'과 '실전연습'에서 나만의 문장을 만들 때 활용할 수 있는 단어들로 구성하였습니다.

Luyện tập 실전 연습

자신의 이야기를 만들어보세요.

자기소개	
가족 소개	
가족에 대한 감정	

예시 답안 해석

내 이름은 이민석이라고 한다. 예전에는 대구에서 살았다. 2010년 아이들의 공부를 위해 서울로 이사했다. 나는 전자 회사의 과장이다.

나는 결혼을 했고 두 딸이 있다. 아내는 나와 대학 동기였다. 우리는 졸업 후에 결혼했다. 아내는 전업주부이다. 내가 집에 있는 시간이 많지 않아서 아내가 집안일과 육아를 담당하고 있다. 아이들은 초등학생과 중학생이다.

나는 보통 아내와 아이들이 자고 있을 때 귀가한다. 공휴일에만 온 가족이 모일 수 있다. 그래서 우리는 함께 있는 순간들을 정말 소중하게 생각한다.

✓ 실전 연습

지금까지 연습한 것을 토대로 자신의 대답을 작성합니다. 실전 상황이라 가정하고 답안 구성에 따라 신중하게 답변을 작성해 봅니다.

OPIc

차례

머리말 5

이 책의 구성 7

OPIc 시험 소개 17

1장 GIỚI THIỆU BẢN THÂN(자기소개) 21

Phần 1. 자신과 가족에 대해 소개하기 23

Phần 2. 직업과 근무 환경에 대해 설명하기 29

Phần 3. 자신의 취미를 소개하고 설명하기 35

2장 NGHỀ NGHIỆP(직장생활) 41

Phần 1. 회사를 소개하고 근무 환경에 대해 묘사하기 43

Phần 2. 회사 동료를 소개하고 그 사람의 특징을 묘사하기 49

Phần 3. 회사의 프로젝트 진행 방식에 관한 선호도를 설명하기 55

3장 GIA ĐÌNH(가족 소개) 61

Phần 1. 가족 구성원을 소개하고 특징을 묘사하기 63

Phần 2. 가족 구성원이 각자 맡은 집안일과 경험을 이야기하기 69

Phần 3. 한가할 때 집에서 가족과 함께 하는 활동을 소개하기 75

4장 NHÀ CỬA(사는 곳 소개 혹은 동네와 이웃 소개) 81
Phần 1. 자신이 살고 있는 거주 공간을 묘사하기 83
Phần 2. 자신이 사는 동네의 특징을 소개하고 추억에 관해 이야기하기 89
Phần 3. 이웃을 소개하고 발생한 일을 이야기하기 95

5장 CUỘC SỐNG HÀNG NGÀY(일과) 101
Phần 1. 하루 중 이동 시간과 이동 경로를 말하기 103
Phần 2. 퇴근 후 즐기는 활동을 소개하기 109
Phần 3. 평일과 주말의 활동을 시간에 따라 설명하기 115

6장 NẤU NƯỚNG(요리) 121
Phần 1. 맛있게 만드는 요리를 소개하고 요리법을 설명하기 123
Phần 2. 전통 음식의 특징과 의미를 설명하기 129
Phần 3. 좋아하는 요리 프로그램의 내용을 소개하기 135

7장 PHIM ẢNH – NGHỆ THUẬT(영화 감상) 141
Phần 1. 좋아하는 영화 장르와 그 이유를 설명하기 143
Phần 2. 가장 좋아하는 영화와 줄거리를 설명하기 149
Phần 3. 만나고 싶은 영화배우를 묘사하고 그 이유를 설명하기 155

8장 ÂM NHẠC(음악 감상) 161
Phần 1. 좋아하는 음악 장르와 음악 감상 상황에 대해 설명하기 163
Phần 2. 좋아하고 연주할 줄 아는 악기를 소개하기 169
Phần 3. 가입한 음악 밴드의 활동을 소개하기 175

9장 THỂ THAO(스포츠와 스포츠 경기) 181
Phần 1. 좋아하고 즐기는 운동을 소개하고 설명하기 183
Phần 2. 좋아하는 운동선수를 소개하고 묘사하기 189
Phần 3. 운동 경기 관람 성향을 소개하고 설명하기 195

10장 THỂ DỤC(운동) 201
Phần 1. 헬스장에서 운동을 하는 목적과 그 이유를 설명하기 203
Phần 2. 조깅 습관과 효과에 대해 설명하기 209
Phần 3. 자전거 타기와 관련된 기억에 남는 사건을 이야기하기 215

11장 SÁCH(독서) 221
Phần 1. 읽었던 책을 소개하고 그 내용을 설명하기 223
Phần 2. 좋아하는 작가와 그 작가가 쓴 작품을 소개하기 229
Phần 3. 종이책 혹은 전자책에 대한 관점을 선택하고 이유를 설명하기 235

12장 DU LỊCH(여행) 241
Phần 1. 여행했던 관광지를 소개하고 그곳에 대해 묘사하기 243
Phần 2. 한국의 관광지를 소개하고 경치 및 특징을 설명하기 249
Phần 3. 기억에 남는 여행지를 소개하고 경험을 이야기하기 255

13장 NGHỈ LỄ(명절-휴일) 261
Phần 1. 한국 명절과 명절에 하는 활동을 소개하기 263
Phần 2. 현재와 과거의 명절을 지내는 방식과 차이점을 설명하기 269
Phần 3. 기억에 남는 명절을 소개하고 그날 있었던 일을 설명하기 275

14장 NƠI CHỐN(장소) 281
Phần 1. 자주 가는 공원을 소개하고 그곳에 있었던 일을 묘사하기 283
Phần 2. 카페에 가는 이유와 그곳에서 하는 일을 설명하기 289
Phần 3. 좋았던 공연을 소개하고 기억에 남는 일을 설명하기 295

15장 TRÒ CHƠI(여가 활동) 301
Phần 1. 즐겨하는 게임 종류를 소개하고 그 이유를 설명하기 303
Phần 2. 한국의 전통 놀이를 소개하고 놀이 방법을 설명하기 309
Phần 3. 아이와의 놀이가 좋은 이유를 소개하고 기억에 남는 일을 이야기하기 315

16장 MẠNG XÃ HỘI(SNS) 321
Phần 1. SNS 이용 습관과 가장 많이 이용하는 SNS, 그 이유를 설명하기 323
Phần 2. SNS의 장단점을 설명하고 자신의 경험을 이야기하기 329
Phần 3. SNS 이용 중 발생한 사건과 기억에 남는 이유를 설명하기 335

17장 ĐÓNG VAI 1(역할극 1) 341
Phần 1. 호텔 예약을 위해 필요한 정보를 물어보기 343
Phần 2. 항공권 날짜 변경을 위해 상황을 설명하고 필요한 정보를 물어보기 349
Phần 3. 분실물을 찾기 위한 필요한 정보를 물어보기 355

18장 ĐÓNG VAI 2(역할극 2) 361
Phần 1. 참석하고자 하는 세미나에 대한 정보를 얻기 위해 질문을 물어보기 363
Phần 2. 계획 변경을 해야 하는 상황을 설명하고 해결 방안을 제시하기 369
Phần 3. 약속에 늦은 이유와 상황을 설명하고 해결 방안을 제시하기 375

19장 ĐÓNG VAI 3(역할극 3) ········ 381

Phần 1. 도서 박람회의 상황을 이야기하고 책을 선물하기 위한 정보를 물어보기 ········ 383

Phần 2. 구매한 상품을 확인한 후 반품과 환불을 요청하기 ········ 389

Phần 3. 집안 행사 참석하지 못하는 이유를 설명하고 대안을 제시하기 ········ 395

20장 ĐÓNG VAI 4(역할극 4) ········ 401

Phần 1. 필요한 애완동물 용품 구매를 위한 정보를 요청하기 ········ 403

Phần 2. 수업에 참석하지 못한 이유를 설명하고 수업 내용을 질문하기 ········ 409

Phần 3. 개인적인 일로 회의에 참석하지 못하는 상황을 설명하고 대안을 제시하기 ········ 415

OPIc OPIc 시험 소개

OPIc(Oral Proficiency Interview – Computer)은 인터넷 기반의 1:1 인터뷰형 평가입니다. 즉, 컴퓨터 화면을 통해 사람과 사람이 인터뷰하는 형식으로 모니터 속의 질문자가 면접관의 역할을 담당합니다. 응시자 친화형 외국어 말하기 평가시험인 OPIc은 단순히 어휘와 문법을 얼마나 많이 알고 있는지를 측정하는 시험이 아니라 실제 생활에서 언어를 얼마나 효과적이고 적절하게 사용할 수 있는가를 측정하는 시험입니다.

OPIc은 국내에서는 2007년에 처음 시행되어 현재 수많은 기업과 공공기관에서 채용과 인사 고과 등에 활용되고 있습니다. 영어를 시작으로 중국어, 스페인어, 러시아어, 한국어, 일본어, 베트남어의 총 7개 언어 평가를 제공하고 있으며, 다양한 어종을 체계적이고 통일된 기준으로 평가할 수 있는 외국어 말하기 평가로 인정받고 있습니다.

✓ OPIc 베트남어 개요

평가 언어	베트남어
시험 시간	오리엔테이션 약 20분 + 본 시험 약 40분
문항 수	12~15개 문항
문항 유형	- 배경 설문(Background Survey)을 통한 개인 맞춤형 문제 - 자기소개, 직업, 여가 활동, 취미, 관심사 등에 대한 주제
평가 등급	- NL(Novice Low)에서부터 AL(Advanced Low)까지의 등급 *평가 등급은 국가마다 상이할 수 있습니다.
평가 영역	- 과제 수행/기능(Global Tasks/Functions) - 문맥/내용(Context/Content) - 정확성/의사 전달 능력(Accuracy/Comprehensibility) - 문장 구성 능력(Text Type)

OPIc의 등급 체계

등급		
AL	Advanced Low	사건을 서술할 때 일관적으로 동사 시제를 관리하고, 사람과 사물을 묘사할 때 다양한 형용사를 사용한다. 적절한 위치에서 접속사를 사용하기 때문에 문장 간의 결속력도 높고 문단의 구조를 능숙하게 구성할 수 있다. 익숙하지 않은 복잡한 상황에서도 문제를 설명하고 해결할 수 있는 수준의 능숙도다.
IH	Intermediate High	개인에게 익숙하지 않거나 예측하지 못한 복잡한 상황을 만날 때, 대부분 상황에서 사건을 설명하고 문제를 효과적으로 해결하곤 한다. 발화량이 많고, 다양한 어휘를 사용한다.
IM	Intermediate Mid	일상적인 소재뿐 아니라 개인적으로 익숙한 상황에서는 문장을 나열하며 자연스럽게 말할 수 있다. 다양한 문장형식이나 어휘를 실험적으로 사용하려고 하며, 상대방이 조금만 배려해주면 오랜 시간 대화가 가능하다.
IL	Intermediate Low	일상적인 소재에서는 문장으로 말할 수 있다. 대화에 참여하고 선호하는 소재에서는 자신감을 가지고 말할 수 있다.
NH	Novice High	일상적인 대부분의 소재에 대해서 문장으로 말할 수 있다. 개인정보에 대해 질문을 하고 응답을 할 수 있다.
NM	Novice Mid	이미 암기한 단어나 문장으로 말하기를 할 수 있다.
NL	Novice Low	제한적인 수준이지만 영어 단어를 나열하며 말할 수 있다.

※ 평가 등급은 국가마다 상이할 수 있습니다.

✓ OPIc 베트남어 시험 방식

Orientation 20분

① Background Survey
- 평가문항을 위한 사전 설문

② Self Assesment
- 시험의 난이도 결정을 위한 자가 평가

③ Overview of OPIc
- 화면구성, 청취 및 답변방법 안내

④ Sample Question
- 실제 답변 방법 연습

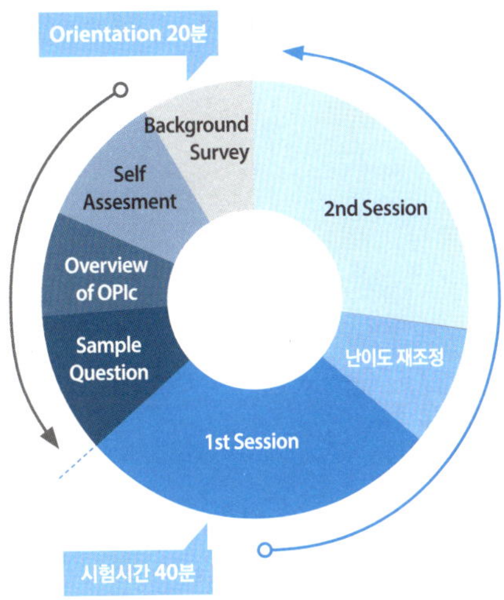

시험시간 40분

① 1st Session
- 개인 맞춤형 문항
- 질문 청취 2회
- 문항별 답변시간 제한 無
- 약 7문항 출제

② 난이도 재조정
- Self Assessment (2차 난이도 선택)
- 쉬운질문/비슷한 질문/어려운 질문 中 선택

③ 2nd Session
- 개인 맞춤형 문항
- 질문 청취 2회
- 문항별 답변시간 제한 無
- 약 7문항 출제

01 답변전송
인터넷을 통한 실시간 답변 전송

02 평가
- ACTFL공인 Rater 채점
- 신뢰도, 객관성 유지

03 결과 통보
근무일 기준 5일 이내에 신속한 평가 결과 통보

01

GIỚI THIỆU BẢN THÂN

OPIc

Phần 1. Giới thiệu về bản thân và gia đình

> 자신과 가족에 대해 소개하기

Phần 2. Giới thiệu công việc và môi trường làm việc

> 직업과 근무 환경에 대해 설명하기

Phần 3. Giới thiệu và trình bày về sở thích

> 자신의 취미를 소개하고 설명하기

BÀI 01 GIỚI THIỆU BẢN THÂN

OPIc Phần 1. Giới thiệu về bản thân và gia đình
자신과 가족에 대해 소개하기

Câu hỏi 실전 질문

Bây giờ chúng ta sẽ bắt đầu cuộc phỏng vấn. Hãy giới thiệu một chút về bạn và gia đình của bạn.

Chuẩn bị 사전 준비

1. 브레인스토밍

답안 구성

Giới thiệu về họ tên, nơi sống, công việc.
이름, 거주지, 직업을 소개한다.

↓

Giới thiệu về tình trạng hôn nhân, các thành viên trong gia đình.
결혼 여부 및 가족 구성원을 소개한다.

↓

Nói về cảm xúc đối với gia đình.
가족에 대한 감정을 이야기한다.

2. 자기소개를 위한 문장 연습

예시 문장들을 따라 읽어 보고 각자 상황에 맞춰 문장을 만들어보세요.

여기에 자신의 문장을 써보세요.

자기소개	Tôi tên là ______. ▶ Trước đây tôi sống ở ______. ▶ Từ năm ______, tôi đã chuyển về ______ để ______. ▶ Tôi là ______ của ______. ▶
가족 소개	Tôi đã ______. ▶ Tôi có ______. ▶ Sau khi ______, chúng tôi ______. ▶ Vợ tôi ______ và ______. ▶ ______ đều là ______. ▶
가족에 대한 감정	Tôi thường về nhà ______. ▶ Chúng tôi chỉ có ______ vào các ______. ▶ Vì thế, chúng tôi ______. ▶

Bài mẫu 예시 답안

[해석: 28쪽]

Tôi tên là Lee Minseok. Trước đây tôi sống ở Daegu. Từ năm 2010 tôi đã chuyển về Seoul để tiện cho con cái học tập. Tôi là trưởng phòng của một công ti điện tử.	Giới thiệu bản thân 자기소개
Tôi đã lập gia đình và có 2 con gái. Vợ tôi là bạn cùng lớp đại học với tôi. Sau khi tốt nghiệp đại học, chúng tôi kết hôn. Vợ tôi là nội trợ. Vợ tôi chăm sóc con cái và nhà cửa vì tôi có rất ít thời gian rảnh ở nhà. Các con tôi một đứa là học sinh tiểu học, một đứa là học sinh trung học.	Giới thiệu gia đình 가족 소개
Tôi thường về nhà lúc tối muộn khi vợ con tôi đều đã đi ngủ. Chúng tôi chỉ có thời gian sum họp gia đình vào các ngày nghỉ lễ. Vì thế, chúng tôi rất trân trọng những khoảnh khắc bên nhau.	Cảm xúc đối với gia đình 가족에 대한 감정

어휘			
chuyển về ~로 이사하다	tiện 편리한	con cái 자녀, 자식	học tập 배우다, 공부하다
trưởng phòng 과장	điện tử 전자	lập gia đình 결혼하다, 가정을 이루다	con gái 딸
tốt nghiệp 졸업하다	kết hôn 결혼하다	nội trợ 주부	chăm sóc 돌보다
rảnh 한가한	sum họp 모이다	trân trọng 정중한	khoảnh khắc 순간, 아주 짧은 시간

혼인 유무와 관련하여 더 알아 두면 유용한 단어		
lấy vợ 장가가다	lấy chồng 시집가다	độc thân 독신
chưa kết hôn 미혼	li hôn 이혼하다	li thân 별거하다

Luyện tập 실전 연습

자신의 이야기를 만들어보세요.

자기소개	
가족 소개	
가족에 대한 감정	

예시 답안 해석

내 이름은 이민석이라고 한다. 예전에는 대구에서 살았다. 2010년 아이들의 공부를 위해 서울로 이사했다. 나는 전자 회사의 과장이다.

나는 결혼을 했고 두 딸이 있다. 아내는 나와 대학 동기였다. 우리는 졸업 후에 결혼했다. 아내는 전업주부이다. 내가 집에 있는 시간이 많지 않아서 아내가 집안일과 육아를 담당하고 있다. 아이들은 초등학생과 중학생이다.

나는 보통 아내와 아이들이 자고 있을 때 귀가한다. 공휴일에만 온 가족이 모일 수 있다. 그래서 우리는 함께 있는 순간들을 정말 소중하게 생각한다.

BÀI 01 GIỚI THIỆU BẢN THÂN

OPIc Phần 2. Giới thiệu công việc và môi trường làm việc

직업과 근무 환경에 대해 설명하기

Câu hỏi 실전 질문

Bây giờ chúng ta sẽ bắt đầu cuộc phỏng vấn nhé. Hãy giới thiệu một chút về bạn và công việc của bạn.

Chuẩn bị 사전 준비

1. 브레인스토밍

Giới thiệu bản thân
자기소개

- Họ tên
  이름
- Tuổi
  나이
- Nơi sống
  거주지
- Công việc
  직업
- Nơi làm việc
  근무지
- Khác
  기타

답안 구성

Giới thiệu về họ tên, nơi sống, công việc.
이름, 거주지, 직업을 소개한다.

Nói về nơi làm việc và đặc điểm của công việc.
근무지 및 업무의 특징을 이야기한다.

Nói về môi trường làm việc và cảm xúc với công việc.
근무 환경과 업무에 대한 감정을 이야기한다.

2. 직업과 근무 환경 소개를 위한 문장 연습

예시 문장들을 따라 읽어 보고 각자 상황에 맞춰 문장을 만들어보세요.

자기소개	Năm nay tôi đã ______________.
	▶
	Tôi sống ở ______________.
	▶
업무의 특징	Tôi đã ________ ở ________ được ________ năm.
	▶
	Tôi lên chức ________ cách đây ________ năm.
	▶
	Càng ________ tôi càng ________ hơn.
	▶
	Tôi thường xuyên phải đi ______________.
	▶
업무에 대한 감정	Môi trường làm việc ở công ti của tôi rất ________.
	▶
	Môi trường làm việc ________ cho tôi ________.
	▶
	Tôi nghĩ mình ______________ khi có được công việc này.
	▶

Bài mẫu 예시 답안

[해석: 34쪽]

Tôi tên là Kim Minsoo. Năm nay tôi đã ngoài 40 tuổi rồi. Tôi sống ở một căn hộ chung cư nhỏ vùng ngoại ô Seoul.	Giới thiệu bản thân 자기소개
Tôi là nhân viên công ti Samsung. Tôi đã làm việc ở Samsung được 5 năm rồi. Tôi lên chức trưởng phòng kinh doanh cách đây 1 năm. Từ đó đến giờ, càng ngày tôi càng bận rộn hơn. Tôi phải đi làm rất xa nhà và thường xuyên phải đi công tác nước ngoài. Lần công tác ở nước ngoài dài nhất của tôi là 6 tháng liên tục vào năm ngoái. Mỗi lần đi công tác, tôi đều được gặp những đối tác rất thú vị.	Đặc điểm của công việc 업무의 특징
Môi trường làm việc ở công ti của tôi rất chuyên nghiệp và luôn tạo ra cho tôi tâm lí hứng khởi để làm việc. Tôi nghĩ mình thật may mắn khi có được công việc này.	Cảm xúc với công việc 업무에 대한 감정

어휘			
ngoài 밖, ~ 이외, ~ 넘는	chung cư 아파트	vùng 지역	ngoại ô 외곽의
lên chức 승진하다	trưởng phòng kinh doanh 영업팀 팀장	bận rộn 바쁜	công tác 출장, 업무
liên tục 연속적인, 끊임없는	đối tác 상대방, 동료	môi trường làm việc 근무 환경	chuyên nghiệp 전문의, 전문직의
tạo ra 창조하다, 조성하다	tâm lí 심리	hứng khởi 흥겨운, 심신이 즐거운	may mắn 행운

근무 소개와 관련하여 더 알아 두면 유용한 단어			
chức vụ 직급	trưởng phòng 팀장	phó phòng 부팀장	thư kí 비서
	giám đốc 사장	phó giám đốc 부사장	nhân viên 사원
môi trường làm việc 근무 환경	truyền cảm hứng cho nhân viên 직원에게 영감을 주다		tư thế hoạt động 능동적인 자세
	cảm hứng sáng tạo 창조적인 영감		tâm lí vui vẻ 즐거운 마음

Luyện tập 실전 연습

자신의 이야기를 만들어보세요.

자기소개	
업무의 특징	
업무에 대한 감정	

예시 답안 해석

내 이름은 김민수라고 한다. 올해로 40세를 넘겼다. 나는 서울 외곽에 위치한 작은 아파트에 살고 있다.

나는 삼성 회사의 직원이다. 삼성에서 일을 한 지 5년이 되었다. 1년 전에 영업팀 팀장으로 승진하였다. 그때부터 지금까지 날이 갈수록 더 바쁘게 지내고 있다. 집에서 멀리 떨어진 곳에 가서 일해야 하고 해외 출장도 자주 다닌다. 가장 길었던 해외 출장은 작년에 6개월간 다녀온 것이다. 출장을 갈 때마다 재미있는 파트너를 만나게 되었다.

우리 회사의 근무 환경은 전문적이고, 항상 내가 홍겨운 마음으로 일할 수 있게 해준다. 이 직업을 가지게 된 것은 나에게 행운이라고 생각한다.

BÀI 01 GIỚI THIỆU BẢN THÂN

OPIc

Phần 3. Giới thiệu và trình bày về sở thích
자신의 취미를 소개하고 설명하기

Câu hỏi 실전 질문

Bây giờ chúng ta sẽ bắt đầu cuộc phỏng vấn nhé. Hãy giới thiệu một chút về bạn và sở thích của bạn.

Chuẩn bị 사전 준비

1. 브레인스토밍

답안 구성

Giới thiệu họ tên, nơi ở và công việc.
이름, 거주지와 직업을 소개한다.

↓

Giới thiệu sở thích của bản thân.
취미를 소개한다.

↓

Giải thích lí do có sở thích đó.
그 취미를 가지게 된 이유를 설명한다.

2. 자신의 취미 소개를 위한 문장 연습

예시 문장들을 따라 읽어 보고 각자 상황에 맞춰 문장을 만들어보세요.

자기소개	Tôi sinh ra và lớn lên ở ______. ▶ Tôi là ______. ▶ Tôi là ______. ▶ Ngoài ______, tôi còn ______. ▶
취미 소개	Tôi có niềm yêu thích đặc biệt với ______. ▶ Tôi ______ để ______. ▶ Đi đâu tôi cũng ______. ▶
취미를 가지게 된 이유	Sở dĩ tôi ______ là vì ______ cho tôi. ▶ Mỗi khi ______, tôi đều thấy ______. ▶

Bài mẫu 예시 답안

[해석: 40쪽]

Tôi là Jasmin Lee. Tôi sinh ra và lớn lên ở Busan, hiện nay đang sống ở Seoul. Tôi là sinh viên đại học năm thứ ba, chuyên ngành tiếng Anh. Ngoài đi học, tôi còn đi làm thêm để nâng cao khả năng giao tiếp và kinh nghiệm làm việc. Tôi là phiên dịch viên cho các hội thảo hoặc các buổi họp của công ti, đón tiếp khách nước ngoài...	Giới thiệu bản thân 자기소개
Tôi có một niềm yêu thích đặc biệt với sách. Tôi có thể dành tất cả thời gian rảnh của một kì nghỉ lễ ở thư viện để đọc hết cuốn sách mình thích. Đi đâu tôi cũng mang sách theo.	Giới thiệu sở thích 취미 소개
Sở dĩ tôi thích sách là vì từ nhỏ, bố mẹ đã luôn đọc sách cho tôi nghe. Và mỗi khi đọc sách, tôi đều thấy một thế giới mới ở trong đó.	Giải thích lí do có sở thích đó 취미를 가지게 된 이유

어휘			
sinh ra 태어나다	lớn lên 자라다	chuyên ngành 전공, 전문분야	làm thêm 아르바이트
nâng cao 향상시키다	khả năng 가능성	giao tiếp 교제하다, 의사소통하다	kinh nghiệm 경험, 경력
phiên dịch viên 통역원	hội thảo 학회, 세미나	buổi họp 회의, 모임	đón tiếp 마중하다, 맞이하다
yêu thích 좋아하다, 마음에 들다	đặc biệt 특별한, 특히	dành (시간을) 내다	thế giới 세계, 세상

전공 및 취미와 관련하여 더 알아 두면 유용한 단어			
chuyên ngành học 전공	kinh tế 경제	đối ngoại 외교	luật học 법학
	quản trị kinh doanh 경영	ngữ văn 어문학	y học 의학
sở thích 취미	việc chăm sóc thú cưng 애완동물 돌보기	việc chơi đàn 악기연주	âm nhạc 음악
	việc tán gẫu với bạn bè 친구와 수다 떨기	phim ảnh 영화	thể thao 스포츠

Luyện tập 실전 연습

자신의 이야기를 만들어보세요.

자기소개	
취미 소개	
취미를 가지게 된 이유	

예시 답안 해석

나는 자스민 리라고 한다. 부산에서 태어나 자랐고, 지금은 서울에서 살고 있다. 나는 영문학 전공의 3학년 대학생이다. 학교에 다니면서 커뮤니케이션 실력 향상과 근무 경험을 쌓기 위해 아르바이트를 하고 있다. 학회나 기업 회의의 통역원으로 일하거나 외국 손님들을 환영하는 행사 아르바이트 등을 한다.

나는 책을 정말 좋아한다. 휴일에는 여유시간을 도서관에서 내가 좋아하는 책을 읽는데 쓸 수 있다. 나는 어디를 가든 책을 가지고 다닌다.

내가 책을 좋아하는 이유는 어릴 적에 부모님께서 책을 읽어 주셨기 때문이다. 그리고 책을 읽을 때마다 그 안에서 새로운 세계를 보았기 때문이다.

02

NGHỀ NGHIỆP

OPIc

Phần 1. Giới thiệu chung về công ti và miêu tả môi trường làm việc

> 회사를 소개하고 근무 환경에 대해 묘사하기

Phần 2. Giới thiệu đồng nghiệp và miêu tả những đặc điểm đặc trưng

> 회사 동료를 소개하고 그 사람의 특징을 묘사하기

Phần 3. Giải thích về sự lựa chọn hình thức tiến hành dự án của công ti

> 회사의 프로젝트 진행 방식에 관한 선호도를 설명하기

BÀI 02 NGHỀ NGHIỆP

OPIc Phần 1. Giới thiệu chung về công ti và miêu tả môi trường làm việc
회사를 소개하고 근무 환경에 대해 묘사하기

Câu hỏi 실전 질문

Trong bản khảo sát, bạn nói là bạn đã đi làm. Bạn hãy giới thiệu về công ti của bạn.

Chuẩn bị 사전 준비

1. 브레인스토밍

답안 구성

Giới thiệu về địa điểm, quy mô của công ti.
회사의 위치와 규모 등을 소개한다.

↓

Giới thiệu sản phẩm và dịch vụ của công ti.
회사의 제품 및 서비스를 소개한다.

↓

Miêu tả môi trường làm việc và bạn đồng nghiệp.
근무 환경 및 함께 일하는 동료를 묘사한다.

2. 회사 소개를 위한 문장 연습

예시 문장들을 따라 읽어 보고 각자 상황에 맞춰 문장을 만들어보세요.

회사 소개	Tôi làm việc cho (ở) ________________ . ▶ Công i có nhiều chi nhánh ở ________________ . ▶ Trụ sở chính của công ti ở ________________ . ▶
제품 및 서비스 소개	Công ti chuyên ________________ . ▶ Khách hàng luôn phản hồi rất tốt vì ________________ của công ti. ▶
근무 환경 및 동료	Tôi rất thích làm việc ở công ti, không chỉ vì ________________ , mà còn vì ________________ . ▶ Đồng nghiệp của tôi là những người ________________ , ________________ . ▶ Môi trường làm việc tuy ________________ nhưng ________________ . ▶

Bài mẫu 예시 답안

[해석: 48쪽]

Tôi làm việc cho một công ti điện tử. Công ti của tôi rất nổi tiếng ở Hàn Quốc. Công ti có chi nhánh ở nhiều tỉnh tại Hàn Quốc và nước ngoài. Trụ sở chính của công ti ở Seoul.

Giới thiệu về công ti
회사 소개

Công ti tôi chuyên sản xuất các sản phẩm công nghệ chất lượng cao, như điện thoại, máy ảnh, máy tính. Khách hàng luôn phản hồi rất tốt về chất lượng sản phẩm của công ti. Ngoài ra, chất lượng dịch vụ khi bán hàng và dịch vụ bảo hành của công ti cũng rất tốt. Khách hàng quay lại với công ti tôi vì được chăm sóc nhiệt tình.

Giới thiệu sản phẩm và dịch vụ
제품 및 서비스 소개

Tôi rất thích làm việc ở công ti, không chỉ vì công việc tốt, mà còn vì môi trường làm việc rất tuyệt vời. Đồng nghiệp của tôi là những người thông minh, năng động. Chúng tôi luôn hỗ trợ nhau trong công việc. Môi trường làm việc tuy áp lực, nhưng cũng rất cởi mở, truyền cảm hứng. Công ti có chế độ đãi ngộ tốt, lương cao, chế độ nghỉ rõ ràng. Vì những điều đó, tôi cảm thấy yên tâm và có thể cống hiến hết mình cho công ti.

Môi trường làm việc và bạn đồng nghiệp
근무 환경 및 동료

어휘			
nổi tiếng 유명하다	chi nhánh 지사	trụ sở chính 본사	sản xuất 생산하다
sản phẩm 제품, 생산품	công nghệ 기술, 공예	chất lượng 품질	khách hàng 고객
phản hồi 피드백(하다), 되돌아가다	dịch vụ 서비스	quay lại 돌다, 돌아가다	nhiệt tình 적극적인, 열정적인
tuyệt vời 대단히, 능가하다	đồng nghiệp 동업의	thông minh 영리한, 똑똑한	năng động 능동적인
hỗ trợ 돕다, 원조하다	áp lực 압력, 스트레스	cởi mở 자유분방한	chế độ 제도, 체제
đãi ngộ (후하게) 대우하다	yên tâm 안심하다	cống hiến 공헌하다	hết mình 최선을 다하는

제품 및 회사와 관련하여 더 알아 두면 유용한 단어			
제품 관련	bán hàng và dịch vụ bảo hành 판매와 a/s 서비스	chất lượng dịch vụ 서비스 품질	chế độ ưu đãi khi mua hàng 구매 시 우대제도
회사 관련	lương cao 높은 급여	chế độ đãi ngộ của công ti tốt 회사 복지제도가 좋다	công ti ở gần nhà 회사가 집에서 가깝다

Luyện tập 실전 연습

자신의 이야기를 만들어보세요.

회사 소개	
제품 및 서비스 소개	
근무 환경 및 동료	

예시 답안 해석

나는 전자 회사에서 일한다. 우리 회사는 한국에서 아주 유명한 회사다. 회사의 본사는 서울에 있다. 한국의 많은 지역과 해외에 지사가 많이 있다.

우리 회사는 고품질 첨단기술 제품을 전문적으로 제조하는데 예를 들면 스마트폰, 카메라, 노트북 등이다. 고객들이 회사 제품 품질에 대해 항상 좋은 피드백을 주고 있다. 그 외에, 회사의 판매 서비스와 A/S 서비스 품질이 아주 좋다. 적극적인 케어 서비스를 받기 때문에 고객들이 우리 회사를 재방문하게 한다.

나는 좋은 업무뿐만 아니라 근무 환경이 매우 훌륭하기 때문에 회사에서 일하는 것을 좋아한다. 동료들은 똑똑하고 역동적인 사람들이다. 항상 서로의 업무를 도와준다. 근무 환경에서 받는 스트레스가 많지만, 또한 개방적이면서 영감을 많이 주기도 한다. 회사에는 좋은 복지제도가 있으며 급여가 높은 편이고 휴가제도도 정확하다. 그런 점에서, 나는 안정적으로 일을 하며 회사에 최선을 다할 수 있다고 느낀다.

BÀI 02 NGHỀ NGHIỆP

OPIc

Phần 2. Giới thiệu đồng nghiệp và miêu tả những đặc điểm đặc trưng

회사 동료를 소개하고 그 사람의 특징을 묘사하기

Câu hỏi 실전 질문

Bạn hãy miêu tả một người đồng nghiệp của bạn? Vì sao bạn ấn tượng với đồng nghiệp đó nhất?

Chuẩn bị 사전 준비

1. 브레인스토밍

답안 구성

Nói về hoàn cảnh quen biết đồng nghiệp.
동료를 처음 만난 상황을 이야기할 수 있다.

↓

Nói về những đặc điểm đặc trưng của đồng nghiệp.
동료의 특징을 이야기할 수 있다.

↓

Miêu tả ấn tượng sâu sắc nhất về người đó.
동료에게 받은 인상을 묘사할 수 있다.

2. 동료 소개를 위한 문장 연습

예시 문장들을 따라 읽어 보고 각자 상황에 맞춰 문장을 만들어보세요.

동료를 만난 상황	Tôi được bố trí làm việc ______________ với một người bạn đồng nghiệp. ▶ Tôi ______________ ấn tượng đặc biệt với cô ấy. ▶
동료의 특징	Khi làm việc chung với cô ấy, tôi ______________ cô ấy là một đồng nghiệp ______________. ▶ Nếu cùng làm một việc, thì cô ấy ______________________. ▶
동료에 대한 인상	Tôi ấn tượng nhất với ______________ của cô ấy. ▶ Chúng tôi đã trở thành ______________________. ▶

Bài mẫu 예시 답안

[해석: 54쪽]

Ngày đầu tiên đến làm việc ở công ti hiện tại, tôi đã được làm việc cùng bộ phận với một người bạn đồng nghiệp. Khi đó, tôi không có ấn tượng đặc biệt với cô ấy. Tôi và cô ấy chỉ là bạn đồng nghiệp bình thường.	Hoàn cảnh quen biết đồng nghiệp 동료를 만난 상황
Khi làm việc chung với cô ấy, tôi nhận ra cô ấy là một đồng nghiệp rất giỏi. Cô ấy thông minh và nhanh nhẹn. Nếu cùng làm một việc, thì cô ấy luôn luôn làm xong việc trước tôi. Cô ấy còn rất giỏi tiếng Anh. Vì thế, công ti thường yêu cầu cô ấy giao dịch với nước ngoài.	Những đặc điểm đặc trưng của người đó 동료의 특징
Cô ấy làm việc ở công ti trước tôi 1 năm, nên tôi thường hỏi cô ấy về công việc. Tôi ấn tượng nhất với sự khiêm tốn của cô ấy. Mặc dù rất giỏi và được lãnh đạo yêu quý, nhưng cô ấy không bao giờ kiêu ngạo. Cô ấy luôn trả lời mọi câu hỏi của tôi và giúp đỡ tôi nhiệt tình. Bây giờ chúng tôi đã trở thành bạn thân.	Ấn tượng về người đó 동료에 대한 인상

어휘			
bộ phận 부서	đồng nghiệp 동업의, 같은 분야의	ấn tượng 인상	bình thường 보통의, 일반의
nhận ra 인식하다	giỏi 잘하는	nhanh nhẹn 몸이 재빠른, 경쾌한	cùng làm 함께 일하다
yêu cầu 요구(하다)	giao dịch 거래하다, 교역하다	khiêm tốn 겸손한 (sự khiêm tốn 겸손함)	lãnh đạo 지도하다, 가르치다
yêu quý 아끼는, 사랑하는	kiêu ngạo 거만한	giúp đỡ 돕다	bạn thân 친한 친구

동료 소개와 관련하여 더 알아 두면 유용한 단어			
chuyên nghiệp 전문의, 전문직의	gương mẫu 모범(이 되다)	lí tưởng 이상적인, 바람직한	sự sáng tạo 창의
sự hài hước 유머	tính dễ gần 친근한	lạc quan 낙관적인	tính lịch sự 예의 바름
tính khó gần 낯을 가림	sự thẳng thắn 솔직함	khó tính 까다로운	sự tốt bụng 인자함

Luyện tập 실전 연습

자신의 이야기를 만들어보세요.

동료를 만난 상황	
동료의 특징	
동료에 대한 인상	

예시 답안 해석

현재 일하고 있는 회사에 처음 출근한 날에 나는 한 동료와 같은 부서에서 근무하도록 발령받았다. 그때에는 그녀에 대한 특별한 인상이 없었다. 나와 그녀는 보통의 동료 사이였다.

그녀와 같이 일을 할 때, 나는 그녀가 매우 훌륭한 동료라는 것을 알게 되었다. 그녀는 매우 똑똑하고 빠른 편이다. 만약 똑같은 일을 한다면 그녀가 나보다 먼저 일을 끝낼 것이다. 또한, 그녀는 영어도 매우 잘한다. 그래서, 회사에서 그녀에게 해외와의 거래를 자주 요청한다.

나보다 1년 전에 입사했기 때문에 나는 그녀에게 업무에 관해 자주 물어본다. 나는 그녀의 겸손함에 가장 깊은 인상을 받았다. 그녀는 능력이 뛰어나고 회사 경영진에서 많은 사랑을 받고 있지만 절대 거만하지 않다. 나의 질문을 항상 열정적으로 답변해 주고 도와준다. 현재 우리는 매우 친한 친구가 되었다.

BÀI 02 GIỚI THIỆU BẢN THÂN

OPIc Phần 3. Giải thích về sự lựa chọn hình thức tiến hành dự án của công ti

회사의 프로젝트 진행 방식에 관한 선호도를 설명하기

Câu hỏi 실전 질문

Bạn thích thực hiện các dự án công việc một mình hay theo nhóm? Vì sao bạn lại thích như vậy? Hãy cho tôi biết một số lí do ủng hộ cho quan điểm của bạn.

Chuẩn bị 사전 준비

1. 브레인스토밍

답안 구성

Giải thích về cách thức thực hiện dự án của công ti.
회사의 프로젝트 진행방식을 설명한다.

↓

Nói về việc bản thân thích làm việc một mình hay theo nhóm.
개인과 그룹으로 일하는 것 중 자신의 선호를 이야기한다.

↓

Giải thích lí do.
그 이유를 설명한다.

2. 프로젝트 진행방식 설명을 위한 문장 연습

예시 문장들을 따라 읽어 보고 각자 상황에 맞춰 문장을 만들어보세요.

프로젝트 진행방식	Khi thực hiện các dự án của công ti, chúng tôi luôn làm việc ______________. ▶
선호하는 스타일	Tôi thích làm việc ______________ vì ______________. ▶
이유 설명	Một là, chúng tôi ______________. ▶ Hai là, mỗi thành viên ______________. ▶ Cuối cùng, ______________. ▶

Bài mẫu 예시 답안

[해석: 60쪽]

Khi thực hiện các dự án của công ti, chúng tôi luôn làm việc theo nhóm.

Tôi thích làm việc theo nhóm vì nó mang lại rất nhiều lợi ích.

Một là, chúng tôi dễ dàng chia sẻ ý tưởng với nhau. Chúng tôi có thể thảo luận để tìm ra ý tưởng tốt nhất. Từ đó, công việc sẽ được giải quyết hiệu quả hơn. Hai là, mỗi thành viên có kinh nghiệm và kĩ năng khác nhau. Khi làm việc nhóm, chúng tôi có thể hỗ trợ nhau. Mỗi người giải quyết một vấn đề trong công việc. Vì thế, công việc sẽ được hoàn thành nhanh hơn so với một người làm. Cuối cùng, làm việc nhóm giúp các nhân viên trong công ti cải thiện quan hệ xã hội. Chúng tôi sẽ nói chuyện với nhau, chia sẻ thông tin. Nhờ vậy, chúng tôi sẽ đoàn kết hơn trong công ti.

Hình thức thực hiện dự án
프로젝트 진행방식

Hình thức bản thân yêu thích
선호하는 스타일

Giải thích lí do
이유 설명

어휘			
thực hiện 실현하다, 실행하다	dự án 프로젝트, 계획안	nhóm 그룹, 집단	lợi ích 이익의
dễ dàng 쉬운	chia sẻ ~을 분배하다, (기쁨, 고통을) 나누다	ý tưởng 생각, 이상	thảo luận 토론하다, 논의하다
tìm ra 발견하다, 찾아내다	giải quyết 해결하다	hiệu quả 효과(적인)	thành viên 구성원, 멤버
kĩ năng 기능, 재능	vấn đề 문제, 안건	hoàn thành 끝내다, 완성하다	cải thiện 개선하다
quan hệ 관계	nói chuyện 이야기하다	thông tin 정보, 통지하다	đoàn kết 단결하다

프로젝트 소개와 관련하여 더 알아 두면 유용한 단어	
đỡ mất thời gian 시간을 아낄 수 있다	không gây tranh cãi 분쟁이 발생하지 않다
cải thiện quan hệ xã hội 대인관계를 개선한다	chia sẻ thông tin 정보를 교환하다

Luyện tập 실전 연습

자신의 이야기를 만들어보세요.

프로젝트 진행방식	
선호하는 스타일	
이유 설명	

예시 답안 해석

회사 프로젝트를 진행할 때 우리는 항상 팀으로 일을 한다.

나는 팀으로 일하면 얻을 수 있는 이익이 많으므로 팀으로 일하는 것을 좋아한다.

첫째, 우리는 아이디어를 쉽게 공유할 수 있다. 우리는 가장 좋은 아이디어를 찾기 위해 토론할 수 있고, 거기서부터 업무는 더 효과적으로 해결될 수 있을 것이다. 둘째, 맴버마다 서로 다른 경험과 스킬을 가지고 있다. 팀으로 일할 때 서로 도와줄 수 있다. 각자 업무의 한 가지 문제를 해결할 수 있다. 따라서 혼자 일을 하는 것보다 빨리 업무를 완성할 수 있다. 마지막으로 팀으로 일하는 것은 회사 직원들의 대인관계 개선에 도움을 준다. 우리는 서로 이야기를 나누고 정보를 공유한다. 덕분에 회사 안에서 우리는 더 단결할 수 있다.

03

GIA ĐÌNH

OPIc

Phần 1. Giới thiệu và miêu tả đặc điểm của các thành viên trong gia đình

› 가족 구성원을 소개하고 특징을 묘사하기

Phần 2. Nói về việc nhà mỗi thành viên trong gia đình đảm nhận và trải nghiệm đặc biệt

› 가족 구성원이 각자 맡은 집안일과 경험을 이야기하기

Phần 3. Giới thiệu các hoạt động khi rảnh rỗi ở nhà với gia đình

› 한가할 때 집에서 가족과 함께 하는 활동을 소개하기

BÀI 03 GIA ĐÌNH

OPIc

Phần 1. Giới thiệu và miêu tả đặc điểm của các thành viên trong gia đình
가족 구성원을 소개하고 특징을 묘사하기

Câu hỏi 실전 질문

Bạn hãy giới thiệu cho tôi nghe về các thành viên trong gia đình của bạn? Bạn gần gũi với ai nhất? Vì sao?

Chuẩn bị 사전 준비

1. 브레인스토밍

답안 구성

Giới thiệu các thành viên trong gia đình.
가족 구성원을 소개한다.

↓

Nói về đặc điểm của từng thành viên.
가족 구성원 특징을 이야기한다.

↓

Nói về người gần gũi nhất và lí do.
가장 친한 가족 구성원과 이유를 이야기한다.

2. 가족 소개를 위한 문장 연습

예시 문장들을 따라 읽어 보고 각자 상황에 맞춰 문장을 만들어보세요.

가족 규모	Gia đình tôi có ______ người . ▶
부모님 형제자매	나이 : Bố tôi/ mẹ tôi / anh tôi/ chị tôi năm nay ______ tuổi. ▶ 직업 : Trước đây bố là ______ . ▶
가족 구성원의 특징	Mặc dù bận rộn nhưng bố vẫn ______ . ▶ Anh ấy ______ giống ______ , còn ______ giống ______ . ▶
가장 친한 가족과 그 이유	Trong gia đình, tôi gần gũi với ______ . ▶ ______ luôn lắng nghe tôi, đứng về phía tôi, và cho tôi lời khuyên hữu ích. ▶ Mẹ vừa là ______ , vừa là ______ của tôi. ▶

Bài mẫu 예시 답안

[해석: 68쪽]

Gia đình tôi có 4 người: bố mẹ tôi, anh trai tôi và tôi.

Bố tôi năm nay 61 tuổi. Bố tôi đã nghỉ hưu từ năm ngoái. Trước đây, bố tôi là trưởng phòng của một công ti thực phẩm. Mặc dù bận rộn nhưng bố vẫn dành thời gian cho chúng tôi và dạy anh em chúng tôi rất nghiêm khắc. Mẹ tôi năm nay 55 tuổi, mẹ là nội trợ. Mẹ hiền lành, chăm chỉ và nấu ăn rất ngon. Bố tôi nói, mẹ có thể mở nhà hàng riêng và chắc chắn sẽ đông khách. Anh trai tôi 26 tuổi và là nhân viên của một công ti công nghệ. Anh ấy cao lớn giống bố, còn tôi thấp bé giống mẹ. Tôi 20 tuổi, tôi là con út và vẫn đang là sinh viên

Trong gia đình, tôi gần gũi với mẹ nhất. Mẹ yêu thương tôi vô điều kiện. Mẹ luôn lắng nghe tôi, đứng về phía tôi, và cho tôi lời khuyên hữu ích. Đôi lúc, tôi cảm thấy mẹ vừa là mẹ, vừa là một người bạn thân của tôi.

Giới thiệu các thành viên trong gia đình
가족 구성원 소개

Giới thiệu đặc điểm của từng thành viên
가족 구성원의 특징 소개

Người gần gũi nhất và lí do
가장 친한 가족과 이유 설명

어휘			
nghỉ hưu 퇴직하다, 은퇴하다	thực phẩm 식품	nghiêm khắc 엄한, 엄격한	hiền lành 착한, 선량한
chăm chỉ 열심히 하는	đông khách 손님이 많은	cao lớn 큰, 높은	thấp bé 작은
con út 막내	gần gũi 친밀한, 친근한	yêu thương 사랑하다, 위하다	vô điều kiện 무조건의, 제약이 없는
lắng nghe 귀 기울이다	đứng về phía ~의 편을 들다	lời khuyên 충고	hữu ích 유익한, 유용한

과거 시간 표현과 관련하여 더 알아 두면 유용한 단어	
trước kia 이전에, 그전에	hồi nhỏ 어렸을 때
hồi trước 전에, 예전에	hồi trẻ 젊었을 때

Luyện tập 실전 연습

자신의 이야기를 만들어보세요.

가족 구성원 소개	
가족 구성원의 특징 소개	
가장 친한 가족과 이유 설명	

예시 답안 해석

우리 가족은 부모님, 형과/오빠와 나 모두 네 명이다.

아버지는 올해 61세가 되셨다. 아버지는 작년에 은퇴하셨다. 아버지는 예전에 식품 회사의 과장이셨다. 바쁘신데도 불구하고 아버지는 우리와 시간을 보내며 우리 형제를 엄격하게 가르치셨다. 어머니는 올해 55세가 되셨고 전업주부다. 어머니는 온화하시고 열심히 일하며 요리를 매우 잘하신다. 아버지는 어머니가 자신의 식당을 열면 손님이 많이 올 거라고 얘기하셨다. 형은 26살이고 IT 회사 직원이다. 형은 아버지처럼 키가 크고 나는 어머니처럼 키가 작다. 나는 올해 20살이고, 막내이며 아직 대학생이다.

가족 중에 나는 어머니와 가장 친하게 지낸다. 어머니는 나를 무조건 사랑해 주신다. 내 이야기를 항상 들어 주고 내 편으로 서서 유익한 조언을 해주신다. 때로는 어머니가 나의 어머니이자 친한 친구처럼 느껴진다.

BÀI 03 GIA ĐÌNH

OPIc Phần 2. Nói về việc nhà mỗi thành viên trong gia đình đảm nhận và trải nghiệm đặc biệt
가족 구성원이 각자 맡은 집안일과 경험을 이야기하기

Câu hỏi 실전 질문

Trong gia đình, mọi người phải làm những việc nhà gì? Bạn có trải nghiệm gì đặc biệt khi làm việc nhà không?

Chuẩn bị 사전 준비

1. 브레인스토밍

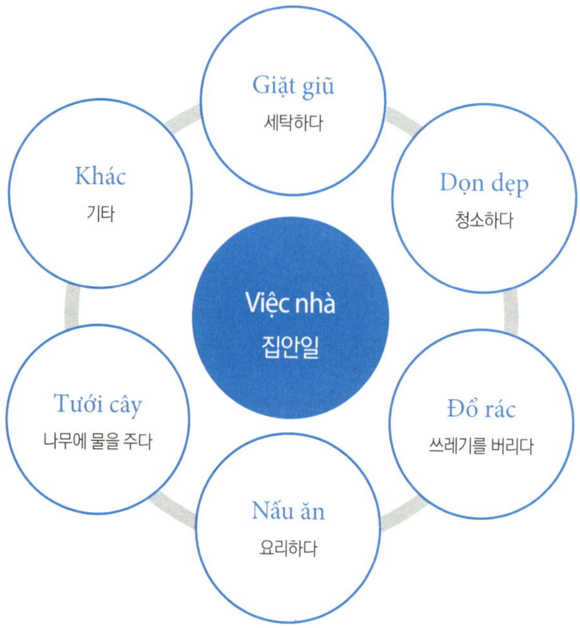

답안 구성

Nói về việc nhà mỗi thành viên trong gia đình đảm nhận.
가족 구성원이 맡은 집안일을 이야기한다.

↓

Giải thích công việc nhà bản thân đảm nhận.
내가 맡은 집안일을 설명한다.

↓

Nói về trải nghiệm đặc biệt.
특별한 경험을 이야기한다.

2. 집안일 설명을 위한 문장 연습

예시 문장들을 따라 읽어 보고 각자 상황에 맞춰 문장을 만들어보세요.

가족 구성원의 집안일	Mẹ tôi làm các việc: ____________________. ▶ Anh trai tôi hàng ngày phải ____________________. ▶
나의 집안일 (평소)	Tôi phải tự ____________, ____________ hàng ngày. ▶
나의 집안일 (주말)	Cuối tuần, khi có nhiều thời gian hơn, tôi ________________. ▶
특별한 경험	Một lần, khi ____________ thì ________________. ▶ Đó là ____________ của tôi từ bao giờ tôi không nhớ. ▶ Lần đầu tiên tôi cảm thấy ____________________. ▶

Bài mẫu 예시 답안

[해석: 74쪽]

Mẹ tôi làm việc nhà nhiều nhất vì mẹ là nội trợ. Mẹ làm tất cả các việc: nấu ăn, giặt giũ, phơi đồ, dọn dẹp nhà cửa... Anh trai tôi phải tưới cây và đổ rác. Bố tôi thì không có thời gian làm việc nhà vì quá bận với công việc.	Việc nhà của từng thành viên 가족 구성원의 집안일
Còn tôi không thích làm việc nhà nhưng vẫn phải tự dọn dẹp phòng mình và rửa bát hàng ngày. Cuối tuần, khi có nhiều thời gian hơn, tôi sắp xếp lại sách vở, lau dọn phòng mình.	Việc nhà của bản thân 나의 집안일
Một lần, khi đang dọn giá sách của mình thì tôi phát hiện ra một tập phong bao lì xì. Đó là tiền mừng tuổi của tôi từ bao giờ tôi không nhớ. Tôi đã hét lên rất to vì sung sướng. Lần đầu tiên tôi cảm thấy làm việc nhà rất có ích.	Trải nghiệm đặc biệt 특별한 경험

어휘			
nấu ăn 요리하다	giặt giũ 세탁하다	phơi đồ 빨래를 널다	dọn dẹp 치우다, 청소하다
tưới cây 화초에 물을 주다	đổ rác 쓰레기를 버리다	rửa bát 설거지하다	sắp xếp 배치하다, 정렬하다
sách vở 책	lau dọn 닦다, 청소하다	dọn 정돈하다	giá sách 책꽂이
phát hiện 발견하다, 나타나다	tập 다발, 뭉치	phong bao lì xì 세뱃돈을 넣는 봉투	tiền mừng tuổi 세뱃돈
nhớ 기억하다	hét lên 소리 지르다	sung sướng 신이 난, 행복한	có ích 유익한

집안일과 관련하여 더 알아 두면 유용한 단어		
việc nhà 집안일	máy hút bụi 청소기	sửa chữa đồ đạc 물건을 고치다
	gấp quần áo 옷을 개키다	hút bụi 먼지를 털다
	hào hứng 흥겨운	chán 지루한
	chăm chỉ ↔ lười 열심히 하는 ↔ 게으른	thích ↔ ghét 좋다 ↔ 싫다

Luyện tập 실전 연습

자신의 이야기를 만들어보세요.

가족 구성원의 집안일	
나의 집안일	
특별한 경험	

예시 답안 해석

우리 어머니는 전업주부이고 집안일을 많이 하신다. 어머니는 요리, 빨래, 집 안 청소 등과 같은 모든 일을 하신다. 우리 오빠는 나무에 물을 주고 쓰레기를 버린다. 아버지는 직장 업무에 너무 바쁘셔서 집안일을 할 시간이 없으시다.

나는 집안일을 좋아하지 않지만 매일 방을 스스로 청소하고 설거지를 해야 한다. 주말에 시간이 더 많이 있을 때는 책을 다시 정리하고 방을 청소한다.

어느 날 책장을 정리할 때 나는 세뱃돈 봉투를 발견했다. 언제의 세뱃돈인지는 기억나지 않았다. 너무 신나서 크게 소리를 쳤다. 처음으로 집안일이 유익하다고 느꼈다.

BÀI 03 GIA ĐÌNH

OPIc Phần 3. Giới thiệu các hoạt động khi rảnh rỗi ở nhà với gia đình
한가할 때 집에서 가족과 함께 하는 활동을 소개하기

Câu hỏi 실전 질문

Các thành viên trong gia đình bạn thường làm gì khi rảnh rỗi ở nhà? Ngày bình thường và ngày cuối tuần trong gia đình của bạn có gì khác biệt không? Hãy nói cho tôi nghe về các hoạt động của cả gia đình trong ngày thường và ngày cuối tuần.

Chuẩn bị 사전 준비

1. 브레인스토밍

답안 구성

Giới thiệu các hoạt động khi rảnh rỗi ở nhà của từng thành viên.
가족들이 시간이 있을 때 집에서 하는 활동을 소개한다.

↓

Nói về các hoạt động của gia đình vào cuối tuần.
가족의 주말 활동을 이야기한다.

↓

Giải thích về sự khác biệt giữa ngày thường và ngày cuối tuần.
평일과 주말의 차이를 설명한다.

2. 집에 있을 때 하는 활동 설명을 위한 문장 연습

예시 문장들을 따라 읽어 보고 각자 상황에 맞춰 문장을 만들어보세요.

한가할 때 집에서 하는 활동	Khi rảnh rỗi ở nhà, tôi thường ______________. ▶ Vợ tôi thường ______________. ▶ Còn con gái tôi thường ______________. ▶
가족의 주말 활동	Ngày cuối tuần, chúng tôi ______________. ▶ Cả nhà sẽ ______________. ▶
평일과 주말의 차이점	Ngày cuối tuần, chúng tôi luôn ______________ ngày thường. ▶ Chúng tôi dành thời gian rảnh ______________. ▶ Chúng tôi cùng nhau ______________. ▶

Bài mẫu 예시 답안

[해석: 80쪽]

Khi rảnh rỗi ở nhà, tôi thường chăm sóc cây cảnh. Tôi tưới cây, tỉa lá, chữa bệnh cho cây. Vợ tôi thường không nghỉ ngơi. Khi rảnh, cô ấy thích làm bánh. Cô ấy làm bánh ngọt rất ngon. Vì thế, tôi ngày càng béo lên. Nếu không làm bánh, cô ấy sẽ dọn dẹp nhà bếp, tìm mua những đồ dùng bếp mới. Còn con gái tôi thường đọc sách và nghe nhạc trong phòng riêng của nó.

> Các hoạt động khi rảnh rỗi ở nhà
> 한가할 때 집에서 하는 활동

Ngày cuối tuần, chúng tôi có nhiều thời gian hơn. Cả nhà sẽ đi chơi ở công viên hoặc đi ra vùng ngoại ô. Trong công viên, chúng tôi có thể cắm trại và cùng nhau đi dạo, nghỉ ngơi, ăn uống. Nếu đi vùng ngoại ô, chúng tôi thường leo núi hoặc làm tiệc BBQ ngoài trời.

> Các hoạt động của gia đình vào cuối tuần
> 가족의 주말 활동

Ngày cuối tuần, chúng tôi luôn có nhiều thời gian bên nhau hơn ngày thường. Chúng tôi dành thời gian rảnh cho nhau, và cùng nhau tận hưởng cuộc sống.

> Sự khác biệt giữa ngày thường và ngày cuối tuần
> 평일과 주말의 차이점

어휘			
rảnh rỗi 한가로운	chăm sóc cây cảnh 화초 가꾸기	tưới cây 화초에 물을 주다	tỉa lá 가지치기하다
chữa bệnh 병을 고치다	nghỉ ngơi 쉬다, 휴식하다	làm bánh 빵을 굽다	ngọt 달다
dọn dẹp nhà bếp 주방 청소	tìm mua 찾다, 구하다	đồ dùng bếp 부엌 용품	đọc sách 독서하다
nghe nhạc 음악 듣다	cắm trại 야영하다, 캠핑하다	đi dạo 산책하다	leo núi 등산하다
tiệc BBQ BBQ 파티	ngoài trời 야외의	tận hưởng 즐기다, 마음껏 누리다	cuộc sống 삶

가족과 함께 하는 활동과 관련하여 더 알아 두면 유용한 단어		
thư giãn hoàn toàn 완전한 휴식을 취하다	xem phim ở nhà 집에서 영화를 보다	đi mua sắm 쇼핑하러 가다
lắng nghe tiếng chim hót 새가 지저귀는 소리를 듣다	nằm dài trên bãi cỏ 잔디밭에 눕다	khám phá thiên nhiên 자연을 탐구하다

Luyện tập 실전 연습

자신의 이야기를 만들어보세요.

한가할 때 집에서 하는 활동	
가족의 주말 활동	
평일과 주말의 차이점	

예시 답안 해석

집에서 한가할 때 나는 보통 화초를 가꾼다. 나는 화초에 물을 주고 나뭇잎을 다듬고 병을 치료한다. 아내는 보통 쉬지 않는다. 시간이 있을 때마다 아내는 케이크 만드는 것을 좋아한다. 아내는 케이크를 맛있게 만든다. 그래서 나는 점점 통통해지고 있다. 아내는 케이크를 만들지 않을 때는 주방을 청소하거나 새로운 주방용품을 구매하곤 한다. 딸은 보통 자기 방에서 책을 읽거나 음악을 듣는다.

주말에는 우리에게 시간적 여유가 더 많다. 우리 가족은 공원에 놀러 가거나 외곽으로 나가곤 한다. 공원에서 우리는 캠핑을 하거나 산책을 하고 쉬며 음식을 먹는다. 외곽으로 나가게 되면 우리는 보통 등산을 하거나 BBQ 파티를 한다.

주말에 우리는 평일보다 항상 서로에게 더 많은 시간을 내어준다. 우리는 서로를 위해 여유로운 시간을 함께 보내며 삶을 함께 즐긴다.

04

NHÀ CỬA

OPIc

Phần 1. Miêu tả nơi ở hiện tai

▸ 자신이 살고 있는 거주 공간을 묘사하기

Phần 2. Nói về đặc điểm khu vực đang ở hiện tại và kỉ niệm đáng nhớ

▸ 자신이 사는 동네의 특징을 소개하고 추억에 관해 이야기하기

Phần 3. Giới thiệu hàng xóm và sự việc đã diễn ra

▸ 이웃을 소개하고 발생한 일을 이야기하기

BÀI 04 NHÀ CỬA

OPIc Phần 1. Miêu tả nơi ở hiện tai
자신이 살고 있는 거주 공간을 묘사하기

Câu hỏi 실전 질문

Bạn ở nhà đất hay ở nhà chung cư? Cho tôi biết về các phòng trong nhà bạn và nói rõ bạn thích phòng nào nhất?

Chuẩn bị 사전 준비

1. 브레인스토밍

Giới thiệu về nơi ở 거주지

- Nhà chung cư 아파트
- Nhà riêng 단독주택
- Kí túc xá 기숙사
- Nhà một phòng 원룸
- Phòng trọ 자취방
- Khác 기타

답안 구성

Giới thiệu về nơi ở hiện tại.
현재 거주하고 있는 곳을 소개한다.

↓

Miêu tả các phòng.
각 방에 대해 묘사할 수 있다.

↓

Giới thiệu căn phòng yêu thích nhất và lí do.
가장 좋아하는 공간과 이유를 설명할 수 있다.

2. 자신이 사는 곳을 소개하기 위한 문장 연습

예시 문장들을 따라 읽어 보고 각자 상황에 맞춰 문장을 만들어보세요.

현재 거주하는 곳의 형태	Tôi đang sống ở ________________. ▶
집 안의 공간 소개	Căn hộ của tôi gồm có ________________. ▶ Các phòng đều ____________ vì có ____________. ▶ Tôi thiết kế 1 phòng ngủ thành ________________. ▶
가장 좋아하는 공간과 이유	Ở ____________ tôi để ____________. ▶ Bên cạnh ____________ là ____________. ▶ Mỗi khi mệt mỏi, tôi ________________. ▶

Bài mẫu 예시 답안

[해석: 88쪽]

Tôi đang sống trong một căn hộ chung cư ở phía tây Seoul. Chung cư mà tôi ở là một chung cư mini mới xây dựng, an ninh rất tốt.	Nơi ở hiện tại 현재 거주하는 곳의 형태
Căn hộ của tôi khá rộng rãi, gồm có 1 phòng khách, 2 phòng ngủ, 1 phòng bếp và 2 nhà vệ sinh. Các phòng đều tràn ngập ánh sáng vì có nhiều cửa sổ. Vì tôi ở một mình, nên tôi thiết kế 1 phòng ngủ thành thư viện.	Miêu tả các phòng 집 안의 공간 소개
Phòng này chính là phòng tôi yêu thích nhất. Tôi mua mấy chiếc giá sách lớn và sắp đặt như thư viện. Các giá sách đều đầy sách vì tôi rất thích mua sách và đọc sách. Ở góc phòng, tôi để một bàn làm việc. Bên cạnh bàn làm việc là một chiếc ghế sofa để tôi nghỉ ngơi, thư giãn. Mỗi khi mệt mỏi, tôi nằm trên sofa, nghe nhạc, đọc một quyển sách. Cảm giác lúc đó thật dễ chịu.	Căn phòng yêu thích nhất và lí do thích 가장 좋아하는 공간과 이유

어휘			
xây dựng 건설하다	an ninh 안전한, 안녕	rộng rãi 넓은, 여유로운	gồm có 구성하다, 포함하다
phòng khách 거실, 응접실	phòng ngủ 침실	phòng bếp 부엌	nhà vệ sinh 화장실
tràn ngập 넘치다, 범람하다	ánh sáng 빛, 광선	cửa sổ 창문	thiết kế 디자인하다, 설계하다
góc phòng 방구석	bàn 책상	thư giãn 긴장을 풀다	mệt mỏi 피곤한
nằm 눕다, 놓여있다	cảm giác 감각, 감정	thật 진실한, 진짜, 정말로	dễ chịu 아늑한, 지내기 쉬운

집 안 공간 소개와 관련하여 더 알아 두면 유용한 단어	
hành lang chung cư 아파트 현관	thang máy 엘리베이터
khu tiện ích 편의 구역	bất động sản 부동산
cầu thang, tầng 계단	gác xép 다락방
ban công 발코니	vườn 정원

Luyện tập 실전 연습

자신의 이야기를 만들어보세요.

현재 거주하는 곳의 형태	
집 안의 공간 소개	
가장 좋아하는 공간과 이유	

예시 답안 해석

나는 현재 서울 서쪽에 있는 아파트에서 살고 있다. 내가 사는 아파트는 신축된 작은 아파트로 치안이 아주 좋다.

나의 아파트는 넓은 편이고 거실, 침실 2개, 주방과 화장실 2개가 있다. 창문이 많아서 모든 방에 햇빛이 가득하다. 나는 혼자 살기 때문에 침실 하나를 도서관으로 디자인했다.

이 방은 내가 제일 좋아하는 방이다. 큰 책장을 몇 개 사서 도서관처럼 설치했다. 나는 책을 사는 것과 독서를 좋아해서 책장에는 책이 가득하다. 방 코너에는 책상을 놓았다. 책상 옆에는 쉴 수 있는 소파가 있다. 피곤할 때마다 소파에 누워서 음악을 들으며 책 한 권을 읽는다. 그럴 때 기분이 매우 좋고 즐겁다.

BÀI 04 NHÀ CỬA

OPIc Phần 2. Nói về đặc điểm khu vực đang ở hiện tại và kỉ niệm đáng nhớ

자신이 사는 동네의 특징을 소개하고 추억에 관해 이야기하기

Câu hỏi 실전 질문

Tôi rất tò mò muốn biết về nơi ở của bạn. Bạn hãy nói cho tôi biết bạn đang sống ở đâu, bao lâu rồi? Và bạn có kỉ niệm gì đáng nhớ ở đó không?

Chuẩn bị 사전 준비

1. 브레인스토밍

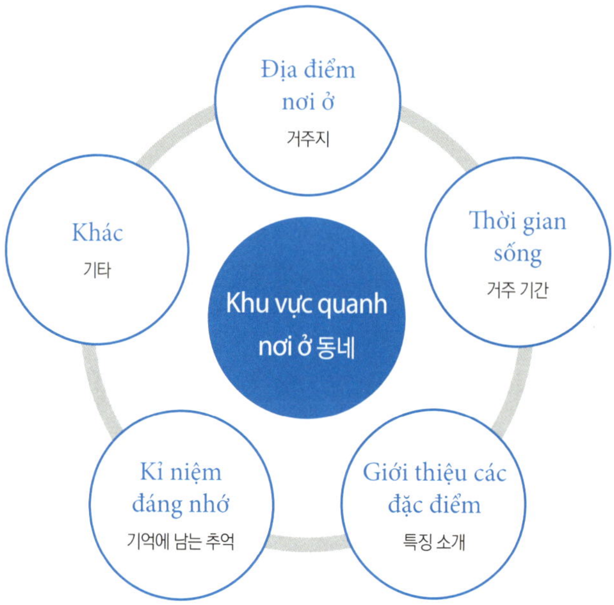

답안 구성

Giới thiệu khu vực đang ở hiện tại.
자신이 사는 동네를 소개한다.

↓

Giới thiệu các đặc điểm xung quanh khu vực sinh sống.
동네의 특징을 소개한다.

↓

Nói về một kỉ niệm đáng nhớ.
동네에 얽힌 추억에 관해 이야기한다.

2. 거주지를 소개하기 위한 문장 연습

예시 문장들을 따라 읽어 보고 각자 상황에 맞춰 문장을 만들어보세요.

거주지 소개	Tôi sống ở ________________. ▶ Tôi đã sống ở đây ________________. ▶
거주지 특징	Nhà của tôi ở ______________, ______________. ▶ Khu vực xung quanh ________________. ▶ Tôi ________________ gặp hàng xóm. ▶
동네에 얽힌 추억	Tôi rất nhớ một kỉ niệm cách đây ________________ năm. ▶ Khi đó, ________________. ▶ Tôi ________________ với người hàng xóm ấy. ▶

Bài mẫu 예시 답안

[해석: 94쪽]

Tôi sống ở một ngôi nhà nhỏ ở Incheon, cách Seoul 2 tiếng tàu điện ngầm. Tôi đã sống ở đây 3 năm rồi.

Nhà của tôi ở trong một ngõ hẹp, trên đỉnh của một con dốc. Khu vực xung quanh có khá nhiều nhà, các nhà đều có diện tích không lớn. Trong sân mỗi nhà đều có một cây hồng. Tôi ít khi gặp hàng xóm vì ai cũng bận rộn.

Tôi rất nhớ một kỉ niệm cách đây hơn 2 năm. Khi đó, tôi đi làm về rất mệt mỏi. Tôi còn xách khá nhiều đồ. Tôi cần phải trèo lên dốc mới đến được nhà mình. Nhưng tôi mệt quá nên đã ngồi xuống đường, và không thể đi tiếp được. Có nhiều người trẻ đi qua, nhưng không ai quan tâm. Cuối cùng, có một bà lão đã giúp đỡ tôi. Bà có 1 cái xe kéo, loại xe mà người già thường dùng để đi chợ. Bà giúp tôi để đồ lên chiếc xe, và chúng tôi kéo xe lên đỉnh dốc. Khi đến nơi, bà còn cho tôi vài quả hồng của nhà bà. Tôi rất xúc động với người hàng xóm ấy.

Nơi ở và thời gian cư trú
거주지와 거주 기간

Đặc điểm xung quanh khu vực sinh sống
거주지 특징

Một kỉ niệm đáng nhớ
동네에 얽힌 추억

어휘			
tàu điện ngầm 지하철	ngõ hẹp 좁은 골목	đỉnh 정상, 꼭대기	con dốc 오르막
khu vực 구역, 지역	xung quanh 둘레, 주변	diện tích 면적	cây hồng 감나무
hàng xóm 이웃	kỉ niệm 추억, 기념	xách 들다	trèo lên 올라가다
quan tâm 관심을 갖다	xe kéo 손수레	kéo xe 손수레를 끌다	xúc động (깊이) 감동하다

거주지 소개와 관련하여 더 알아 두면 유용한 단어	
chân dốc 경사	góc đường 길모퉁이
ít dân 사람이 적은	đông dân 사람이 많은
yên tĩnh 조용한	ồn ào 시끄러운

Luyện tập 실전 연습

자신의 이야기를 만들어보세요.

거주지 소개	
거주지 특징	
동네에 얽힌 추억	

예시 답안 해석

나는 서울에서 2시간 정도 떨어진 인천에 있는 작은 집에서 살고 있다. 여기서 3년 동안 살았다.

우리 집은 좁은 골목에 있고 언덕 꼭대기에 있다. 주변에 집들이 많은 편이고 각 집은 면적이 크지 않다. 집마다 마당에 감나무가 있다. 이웃들이 다 바빠서 나는 좀처럼 이웃을 만날 수 없다.

나는 2년 전의 추억을 아직 또렷이 기억하고 있다. 그날은 퇴근 후 너무 피곤했다. 짐도 많이 들고 있었다. 언덕까지 올라가야 집에 도착할 수 있는데 너무 피곤해서 계속 걸어갈 수 없어 길바닥에 앉아 있었다. 지나가는 젊은이들은 많았지만, 관심을 두는 사람은 아무도 없었다. 드디어 어떤 한 할머니가 나를 도와주셨다. 할머니는 어르신들이 시장으로 장을 보러 다닐 때 가지고 다니는 손수레가 있었다. 할머니는 내 짐을 그 손수레에 싣는 것을 도와주시고 언덕 꼭대기까지 같이 끌고 올라가 주셨다. 도착했을 때 할머니는 나에게 집에 있는 감 몇 개를 주셨다. 나는 그 이웃에게 매우 감동을 받았다.

BÀI 04 NHÀ CỬA

OPIc Phần 3. Giới thiệu hàng xóm và sự việc đã diễn ra
이웃을 소개하고 발생한 일을 이야기하기

Câu hỏi 실전 질문

Gần đây, bạn có gặp hàng xóm xung quanh nhà bạn không? Lần cuối cùng bạn gặp họ là khi nào? Bạn gặp họ vì việc gì? Các bạn đã nói gì hay làm gì với nhau? Bạn có thể cho tôi biết chi tiết được không?

Chuẩn bị 사전 준비

1. 브레인스토밍

답안 구성

Nói về mức độ thường xuyên gặp gỡ hàng xóm.
얼마나 자주 이웃과 만나는지 이야기한다.

↓

Nói về thời gian lần cuối gặp hàng xóm.
마지막으로 만난 이웃에 대해 이야기한다.

↓

Nói về một sự kiện đã diễn ra với hàng xóm.
이웃과 있었던 일에 이야기한다.

2. 이웃을 소개하기 위한 문장 연습

예시 문장들을 따라 읽어 보고 각자 상황에 맞춰 문장을 만들어보세요.

이웃과의 교류 빈도	Tôi ________ gặp hàng xóm. ▶
최근 만난 이웃	________ tôi gặp hàng xóm của mình là ________. ▶ Tôi đã gặp người ________ của mình. ▶ Anh ấy là một người ________ và ________. ▶
이웃과의 추억	________, tôi mua ________. ▶ Tôi đã ________ anh ấy giúp đỡ. ▶ Anh Park và tôi là những người hàng xóm ________. ▶

Bài mẫu 예시 답안

[해석: 100쪽]

Tôi đang sống một mình ở một căn hộ chung cư. Tôi không hay gặp hàng xóm vì tôi đi làm rất bận.

Lần cuối cùng tôi gặp hàng xóm của mình là cuối tuần trước. Tôi đã gặp người đó ở đối diện căn hộ của mình. Anh ấy tên là Park Jungmin. Anh ấy là một người vui vẻ và rất hay giúp đỡ mọi người.

Cuối tuần trước, tôi mua một cái sofa mới. Vì nó rất nặng nên tôi không thể một mình chuyển nó vào phòng khách. Anh ấy đã rất nhiệt tình giúp tôi. Cuối cùng, chúng tôi cũng đặt được chiếc sofa vào đúng chỗ. Tôi đã phải nhờ anh ấy giúp đỡ. Anh ấy đã rất nhiệt tình giúp tôi. Cuối cùng, chúng tôi cũng đặt được chiếc sofa vào đúng chỗ. Tôi mời anh ấy uống bia và xem bóng đá vì chúng tôi đều là fan của câu lạc bộ MU. Anh Park và tôi là những người hàng xóm tốt của nhau.

Mức độ gặp gỡ hàng xóm
이웃과의 교류 빈도

Thời gian lần cuối gặp hàng xóm
최근 이웃과 만났을 때

Sự kiện đã diễn ra
발생한 사건

어휘			
đối diện 맞은 편	vui vẻ 유쾌한	mới 새로운, 새것의	nặng 무거운
để 두다, ~을 하기 위해	phải 옳은, ~해야만 한다	nhờ ~에 의지하다	đặt 놓다
đúng chỗ 제자리, 정확한 자리	mời 초대하다	bóng đá 축구	câu lạc bộ 클럽, 동아리

이웃 소개와 관련하여 더 알아 두면 유용한 단어	
người ở cùng khu phố của mình 같은 동네 이웃	người ở nhà bên cạnh 옆집 이웃
nhờ ai sửa chữa đồ đạc ~에게 가구 수리를 부탁하다	hỏi ai các thông tin về khu phố ~에게 동네 정보를 물어보다
nhờ ai nhận giúp bưu phẩm… ~에게 우편물 수령을 부탁하다	trở thành bạn tốt 좋은 친구가 되다

Luyện tập 실전 연습

자신의 이야기를 만들어보세요.

이웃과의 교류 빈도	
최근 만난 이웃	
이웃과의 추억	

예시 답안 해석

나는 아파트에서 혼자 살고 있다. 출근하기가 바빠서 이웃들을 자주 만나지 못한다.

내가 마지막으로 이웃을 만난 것은 지난 주말이다. 나는 내 집 건너편 집 이웃을 만났다. 그의 이름은 박정민이다. 그는 유쾌하고 사람들을 잘 도와주는 편이다.

나는 지난 주말에 새로운 소파를 구매했다. 이 소파는 매우 무거워서 혼자 거실로 옮길 수 없었다. 나는 그에게 도움을 청해야 했다. 그는 나를 열정적으로 도와주었다. 마침내 우리는 소파를 제자리에 놓을 수 있었다. 우리 둘 다 MU 축구팀의 팬이라서 그에게 맥주를 마시며 축구를 같이 보자고 초대했다. 박 씨와 나는 서로에게 좋은 이웃이다.

05

CUỘC SỐNG HÀNG NGÀY

OPIc

Phần 1. Nói về thời gian và tuyến đường đi lại trong một ngày

하루 중 이동 시간과 이동 경로를 말하기

Phần 2. Giới thiệu về các hoạt động sau giờ làm việc

퇴근 후 즐기는 활동을 소개하기

Phần 3. Giải thích về các hoạt động vào ngày thường và cuối tuần theo trình tự thời gian

평일과 주말의 활동을 시간에 따라 설명하기

BÀI 05 CUỘC SỐNG HÀNG NGÀY

OPIc

Phần 1. Nói về thời gian và tuyến đường đi lại trong một ngày

하루 중 이동 시간과 이동 경로를 말하기

Câu hỏi 실전 질문

Bạn có thể nói cho tôi biết một ngày đi lại bình thường của bạn diễn ra như thế nào không? Hãy nói càng cụ thể càng tốt.

Chuẩn bị 사전 준비

1. 브레인스토밍

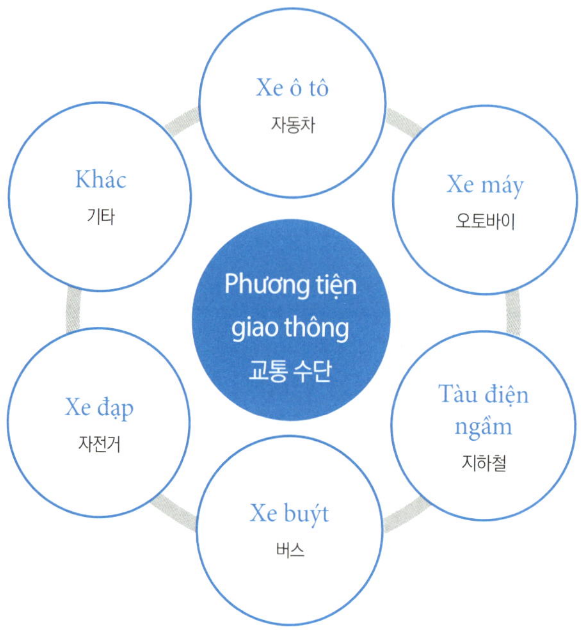

답안 구성

Nói về thời gian đi lại trong một ngày.
하루 중 이동 시간을 이야기한다.

↓

Giải thích về tuyến đường đi lại.
이동 경로에 대해 설명한다.

↓

Nói về cảm xúc khi đi lại.
이동할 때 느끼는 감정을 이야기한다.

2. 이동 시간과 이동 경로를 설명 하기 위한 문장 연습

예시 문장들을 따라 읽어 보고 각자 상황에 맞춰 문장을 만들어보세요.

하루 중 이동 시간	Trong một ngày tôi thường đi lại ____________. ▶ Nhà tôi ở ____________ nơi làm việc nên tôi mất ____________ thời gian đi lại. ▶
하루 중 이동 경로	Buổi sáng, tôi ra khỏi nhà lúc ____________. ▶ Tôi đi bộ đến ____________ mất khoảng ____________. ▶ Tôi phải chuyển ____________, từ ____________ sang ____________. ▶ Tôi xuống ở ga ____________. ▶ Buổi chiều, tôi ____________ để về nhà. ▶ Tôi không về nhà ngay mà đi ____________. ▶
이동 시 느끼는 감정	Ngày nào đi làm tôi ____________ và cảm thấy mình ____________ ở trên đường. ▶ Đặc biệt khi đi làm vào ____________, tôi cảm thấy ____________. ▶ Tôi nghĩ mình ____________ đến gần chỗ làm, để ____________. ▶

Bài mẫu 예시 답안

[해석: 108쪽]

Trong một ngày tôi thường đi lại tương đối nhiều. Nhà tôi ở xa nơi làm việc nên tôi mất khá nhiều thời gian đi lại.

Thời gian đi lại
하루 중 이동 시간

Buổi sáng, tôi ra khỏi nhà lúc 8 giờ kém 15. Tôi đi bộ đến ga tàu điện mất khoảng 10 phút. Sau đó, tôi đi tàu điện khoảng 40 phút. Tôi phải chuyển tàu 1 lần, từ line số 7 sang line số 4. Tôi xuống ở ga Chungmuro và đi bộ thêm 10 phút để đến công ti. Buổi chiều, tôi cũng đi như vậy để về nhà. Thỉnh thoảng, tôi không về nhà ngay mà đi taxi đến trung tâm thương mại để ăn tối với bạn bè.

Tuyến đường đi lại
하루 중 이동 경로

Ngày nào đi làm tôi cũng lặp lại hành trình này và cảm thấy mình mất rất nhiều thời gian ở trên đường. Đặc biệt khi đi làm vào buổi sáng, tôi thấy rất mệt mỏi vì tàu điện rất đông. Đôi khi, mọi người chen lấn làm tôi nghẹt thở. Tôi nghĩ mình nên chuyển nhà đến gần chỗ làm, để tránh phải đi lại nhiều nữa.

Cảm xúc khi đi lại
이동 시 느끼는 감정

어휘			
đi lại 왕복하다, 오고 가다	tương đối 상대적인	mất 잃다, 시간이 걸리다	ra khỏi ~로부터 나가다
từ A sang B A에서 B로 가다	thêm 더하다, 추가하다	ngay 곧, 즉시	trung tâm thương mại 쇼핑센터
ăn tối 저녁 식사를 하다	bạn bè 친구	lặp lại 반복하다	hành trình 여정, 일정
cảm thấy 느끼다	chen lấn 밀치다	nghẹt thở 숨이 막히다	tránh 피하다

이동과 관련하여 더 알아 두면 유용한 단어	
tự lái xe (ô tô) 자가 운전(하다)	đạp xe (đi bằng xe đạp) 페달을 밟다(자전거로 갈 때)
đông 붐비다	vắng 한적한, 고요한
có chỗ ngồi 앉을 자리가 있다	không có chỗ ngồi 앉을 자리가 없다

Luyện tập 실전 연습

자신의 이야기를 만들어보세요.

하루 중 이동 시간	
하루 중 이동 경로	
이동 시 느끼는 감정	

예시 답안 해석

나는 하루에 보통 상대적으로 많이 이동한다. 우리 집이 직장에서 멀어서 이동하는 시간이 오래 걸린다.

아침에 나는 8시 15분 전에 집에서 나온다. 지하철역은 걸어서 10분 정도 걸린다. 그 다음 나는 40분 정도 지하철을 탄다. 나는 지하철 7호선에서 4호선으로 반드시 한 번 갈아 타야 한다. 충무로역에서 내려서 회사까지 10분 더 걸어간다. 오후에 나는 같은 방법으로 집에 돌아간다. 가끔 나는 집으로 바로 가지 않고 친구들과 저녁 식사를 하러 택시를 타고 백화점으로 간다.

매일 출퇴근할 때마다 이 여정을 반복하게 되니 길에서 시간을 아주 많이 보낸다고 느낀다. 특히 아침에 출근할 때 지하철에 사람이 많아서 매우 피곤하다고 느낀다. 때로는 사람들이 서로 밀쳐서 나를 숨 막히게 한다. 나는 많이 이동하지 않기 위해서 직장에서 가까운 곳으로 이사해야 한다고 생각한다.

BÀI 05 CUỘC SỐNG HÀNG NGÀY

OPIc Phần 2. Giới thiệu về các hoạt động sau giờ làm việc
퇴근 후 즐기는 활동을 소개하기

Câu hỏi 실전 질문

Sau giờ làm việc bạn thường làm gì? Việc gì làm cho bạn cảm thấy thích nhất?

Chuẩn bị 사전 준비

1. 브레인스토밍

답안 구성

Giới thiệu về các hoạt động sau giờ làm việc.
퇴근 후에 하는 활동을 소개한다.

↓

Nói về các hoạt động theo trình tự thời gian.
활동을 시간 순서에 따라 이야기한다.

↓

Nói về công việc đặc biệt hoặc thú vị nhất.
가장 특별하거나 재미있는 활동을 이야기한다.

2. 퇴근 후 활동을 소개하기 위한 문장 연습

예시 문장들을 따라 읽어 보고 각자 상황에 맞춰 문장을 만들어보세요.

퇴근 후 활동	Các hoạt động sau giờ làm việc của tôi thường __________. ▶ Mỗi ngày __________, tôi có thể __________. ▶
시간 순서에 따른 활동	Sau giờ làm việc, tôi __________. ▶ Tôi __________ rồi __________. ▶ Ăn tối xong, tôi __________. ▶ Cũng có khi tôi __________. ▶
가장 특별하거나 재미있는 활동	Tôi thích __________ vì __________. ▶ Tôi thích __________ về đến nhà, __________. ▶

Bài mẫu 예시 답안

[해석: 114쪽]

Các hoạt động sau giờ làm việc của tôi thường không cố định. Mỗi ngày khác nhau, tôi có thể có các hoạt động mới.

Bình thường thì sau giờ làm việc, tôi đi về nhà. Tôi ghé siêu thị gần nhà mua một ít đồ ăn rồi về ăn tối. Ăn tối xong, tôi đi dạo ở công viên cạnh nhà khoảng 1 tiếng rồi về tắm rửa, đọc sách và đi ngủ. Có lúc tan làm sớm, tôi không về nhà ngay mà đi bơi, hoặc đi tập gym. Tôi không duy trì việc tập luyện được vì ngày làm việc của tôi thường kết thúc muộn. Cũng có khi tôi đi ăn với đồng nghiệp sau giờ làm rồi về nhà.

Tôi thích về nhà vì đó là nơi tôi cảm thấy thư giãn và thoải mái nhất sau một ngày làm việc mệt mỏi. Tôi thích cảm giác về đến nhà, nằm dài trên giường và không cần suy nghĩ gì cả.

> Các hoạt động sau giờ làm việc
> 퇴근 후 활동

> Các hoạt động theo trình tự thời gian
> 시간 순서에 따른 활동

> Công việc đặc biệt hoặc thú vị nhất
> 가장 특별하거나 재미있는 활동

어휘			
hoạt động 활동(적인), 활발한	cố định 고정적인	ghé 잠시 들르다	đồ ăn 음식(물)
tắm rửa 씻다, 샤워하다	đi ngủ 잠자러 가다	tan làm 퇴근하다	đi bơi 수영하러 가다
đi tập gym 운동하러 가다	duy trì 유지하다, 계속하다	tập luyện 연습하다	kết thúc 끝나다, 마치다
muộn 늦은	thoải mái 편안한, 즐거운	nằm dài (대자로) 눕다	suy nghĩ 생각하다

퇴근 후 활동과 관련하여 더 알아 두면 유용한 단어	
đi bar 바에 가다	hát karaoke 노래방에서 노래 부르다
nấu ăn 요리하다	chơi thể thao 운동하다

Luyện tập 실전 연습

자신의 이야기를 만들어보세요.

퇴근 후 활동	
시간 순서에 따른 활동	
가장 특별하거나 재미있는 활동	

예시 답안 해석

퇴근 시간 이후의 나의 활동은 대부분 고정적이지 않다. 나는 매일 새로운 활동을 할 수 있다.

퇴근 시간 이후 나는 보통 집으로 간다. 집 근처 마트에 가서 음식을 조금 사고 저녁 식사하러 집으로 간다. 저녁 식사 후에는 집 옆에 있는 공원에서 한 시간 정도 산책한 후 집에 가서 샤워하고 책을 읽다가 잠을 잔다. 일찍 퇴근할 때는 집으로 바로 가지 않고 수영을 하거나 헬스를 하러 간다. 때로는 퇴근 후 동료들과 같이 식사하고 집으로 간다.

피곤하게 일한 하루를 마치고 편하게 쉴 수 있는 곳이기 때문에 퇴근 후 집에 가는 것을 좋아한다. 집에 도착해서 아무 생각을 할 필요 없이 침대에 누워 있는 그 느낌을 좋아한다.

BÀI 05 CUỘC SỐNG HÀNG NGÀY

OPIc Phần 3. Giải thích về các hoạt động vào ngày thường và cuối tuần theo trình tự thời gian
평일과 주말의 활동을 시간에 따라 설명하기

Câu hỏi 실전 질문

Một ngày làm việc của bạn diễn ra như thế nào? Bạn hãy nói về lịch trình một ngày làm việc của bạn. Và cho tôi biết, lịch trình một ngày trong tuần của bạn khác với một ngày cuối tuần như thế nào?

Chuẩn bị 사전 준비

1. 브레인스토밍

답안 구성

Nói về một ngày làm việc tại công ti theo trình tự thời gian.
평일 회사에서의 일과를 시간에 따라 이야기한다.

↓

Nói về hoạt động một ngày cuối tuần theo trình tự thời gian.
주말의 활동을 시간에 따라 이야기한다.

↓

Giải thích về sự khác biệt giữa ngày thường và ngày cuối tuần.
평일과 주말의 차이를 설명한다.

2. 일과를 소개하기 위한 문장 연습

예시 문장들을 따라 읽어 보고 각자 상황에 맞춰 문장을 만들어보세요.

평일 활동	Một ngày làm việc của tôi bắt đầu vào lúc ______________. ▶ Sau khi ______________, tôi đi làm vào lúc ______________. ▶ Công việc của tôi thường kết thúc vào lúc ______________. ▶
주말 활동	Cuối tuần, buổi sáng, tôi ______________. ▶ Buổi chiều, tôi ______________. ▶ Buổi tối, tôi ______________. ▶
평일과 주말의 차이	Trong tuần là thời gian dành cho ______________. ▶ Còn cuối tuần là khoảng thời gian tuyệt vời để tôi dành cho ______________. ▶

Bài mẫu 예시 답안

[해석: 120쪽]

Một ngày làm việc của tôi bắt đầu vào lúc 6 giờ rưỡi sáng. Tôi thường dậy và đi chạy bộ khoảng một tiếng. Sau khi tắm rửa và ăn sáng, tôi đi làm vào lúc 8 giờ. 9 giờ tôi đến công ti. Tôi pha một tách cà phê và bắt đầu công việc của mình. Tôi là nhân viên phòng marketing nên công việc khá bận rộn. Tôi trả lời các email của khách hàng, sắp xếp các cuộc gặp với khách hàng. Thỉnh thoảng, tôi phải đi ra ngoài để gặp khách hàng. Công việc của tôi thường kết thúc lúc 6 giờ chiều. Một tuần tôi làm việc 5 ngày, được nghỉ thứ 7 và chủ nhật.	Hoạt động ngày thường 평일 활동
Cuối tuần, buổi sáng, tôi đi tập gym ở phòng tập. Sau đó, tôi thường đi uống cà phê với bạn bè. Buổi chiều, tôi thường đi xem phim hoặc đi mua sắm. Buổi tối, tôi đến nhà bố mẹ ăn tối.	Hoạt động một ngày cuối tuần 주말 활동
Trong tuần là thời gian dành cho công việc. Còn cuối tuần là khoảng thời gian tuyệt vời để tôi dành cho bạn bè, người thân và bản thân mình.	Sự khác biệt giữa ngày thường và ngày cuối tuần 평일과 주말의 차이

어휘			
bắt đầu 시작하다	đi chạy bộ 조깅하다	ăn sáng 아침 식사를 하다	pha 섞다, 끓이다
tách 컵, 나누다	phòng marketing 마케팅 부서	công việc 일, 업무	cuộc gặp 모임, 미팅
nghỉ 쉬다	đi xem phim 영화 보러 가다	đi mua sắm 쇼핑 가다	người thân 친한 사람

일과와 관련하여 더 알아 두면 유용한 단어	
thức dậy 일어나다	rửa mặt 세수하다
ăn cơm 식사하다	đi làm 일하러 가다
về nhà 귀가하다	đi ngủ 자러 가다

Luyện tập 실전 연습

자신의 이야기를 만들어보세요.

평일 활동	
주말 활동	
평일과 주말의 차이	

예시 답안 해석

나의 하루는 아침 6시 반에 시작된다. 일어나서 한 시간 정도 조깅을 한다. 씻고 아침 식사를 한 후 8시에 출근한다. 9시에 회사에 도착한다. 나는 커피 한잔을 하면서 업무를 시작한다. 나는 마케팅 부서의 직원이라 업무가 조금 바쁘다. 고객의 이메일에 답변하고 고객과의 미팅을 정한다. 때로는 나는 고객을 만나러 나가야 한다. 나의 업무는 오후 6시에 끝난다. 일주일에 5일 동안 근무하고 토요일과 일요일에 쉰다.

주말 아침에는 헬스장에 가서 헬스를 한다. 그 후에 보통 친구들과 커피를 마시러 간다. 오후에는 주로 영화를 보러 가거나 쇼핑을 하러 간다. 저녁에는 부모님 집으로 가서 저녁 식사를 한다.

일주일 중 평일은 업무 시간이다. 그리고 주말은 가족, 친구와 나 자신을 위한 행복한 시간이다.

06

NẤU NƯỚNG

OPIc

Phần 1. Giới thiệu về món ăn bạn nấu ngon và cách nấu
> 맛있게 만드는 요리를 소개하고 요리법을 설명하기

Phần 2. Giải thích về đặc điểm và ý nghĩa của món ăn truyền thống
> 전통 음식의 특징과 의미를 설명하기

Phần 3. Giới thiệu về chương trình nấu ăn yêu thích trên truyền hình
> 좋아하는 요리 프로그램의 내용을 소개하기

BÀI 06 NẤU NƯỚNG

OPIc Phần 1. Giới thiệu về món ăn bạn nấu ngon và cách nấu
맛있게 만드는 요리를 소개하고 요리법을 설명하기

Câu hỏi 실전 질문

Bạn nói trong bản khảo sát là bạn thích nấu ăn. Bạn nấu món gì ngon nhất? Bạn có thể nói cho tôi biết cách nấu món đó được không?

Chuẩn bị 사전 준비

1. 브레인스토밍

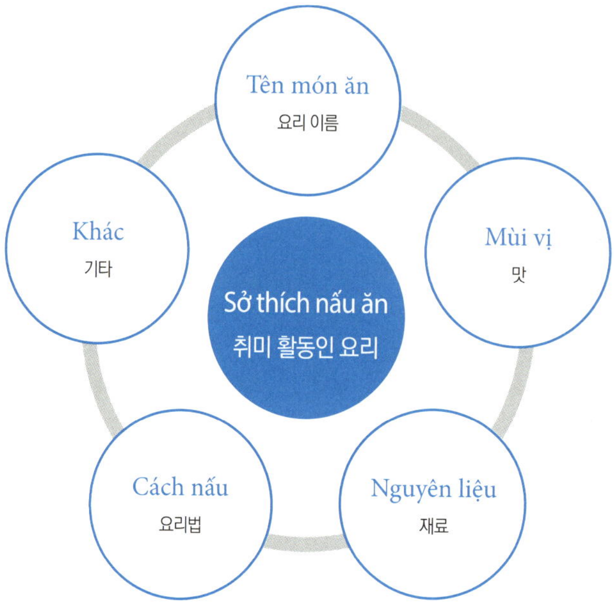

답안 구성

Giới thiệu món ăn bạn nấu ngon nhất.
가장 맛있게 만드는 요리를 소개한다.

↓

Giải thích về nguyên liệu để nấu món đó.
요리에 들어가는 재료들을 설명한다.

↓

Giải thích về cách nấu.
요리법을 설명한다.

2. 자신이 가장 잘하는 요리를 설명하기 위한 문장 연습

예시 문장들을 따라 읽어 보고 각자 상황에 맞춰 문장을 만들어보세요.

맛있게 만드는 요리	Món ăn tôi nấu ngon nhất là ____________. ▶ Đây là một món ăn ____________. ▶
요리에 필요한 재료	Để nấu ____________, chúng ta cần các nguyên liệu: ____________. ▶
요리법	Đầu tiên, cần ____________. ▶ Khi ____________ thì ____________. ▶ Sau đó, làm nóng nồi, và cho ____________ vào ____________. ▶ Đảo đều trong khoảng ____________. ▶ Nếu muốn ngon hơn thì ____________. ▶

Bài mẫu 예시 답안

[해석: 128쪽]

Món ăn tôi nấu ngon nhất là món canh rong biển. Đây là một món ăn bổ dưỡng và thường được dùng trong ngày sinh nhật của người Hàn Quốc. Canh rong biển cũng là một món ăn phổ biến trong bữa cơm hàng ngày của người Hàn.

Món ăn bạn nấu ngon nhất
맛있게 만드는 요리

Để nấu canh rong biển, chúng ta cần các nguyên liệu: rong biển khô, thịt bò, dầu vừng, xì dầu, tỏi, và một chút muối.

Nguyên liệu để nấu món đó
요리에 필요한 재료

Đầu tiên, cần ngâm rong biển khô trong nước. Khi rong biển mềm thì để ráo, cắt vừa miệng khoảng 5cm. Sau đó, làm nóng nồi, xào thịt bò với tỏi, xì dầu, dầu vừng và một chút muối. Tiếp theo, bỏ rong biển vào xào cùng. Đảo đều trong khoảng 4 phút. Cuối cùng cho nước vào nồi và đun sôi nhỏ lửa trong khoảng 10 phút. Nếu muốn ngon hơn, thì khi canh sôi có thể cho thêm một chút tỏi băm.

Giải thích cách nấu
요리법

어휘			
nấu 요리하다	món (ăn) 요리	canh rong biển 미역국	bổ dưỡng 영양이 있는
sinh nhật 생일	phổ biến 보편적인	bữa cơm 식사	nguyên liệu 원료, 재료
rong biển khô 마른미역	dầu vừng 참기름	xì dầu 간장	ngâm 담그다, 읊다
để ráo 밭치다	cắt vừa miệng 한 입 (크기)로 자르다	xào 볶다	tiếp theo 다음의, 계속되는
đảo 뒤집다, 굴리다, 섬	đun sôi 끓이다	nhỏ lửa 약한 불	tỏi băm 다진 마늘

요리와 관련하여 더 알아 두면 유용한 단어			
băm 잘게 자르다	chặt 자르다	thái 풀다	cắt 자르다
hấp 찌다	luộc 삶다	kho 말리다	rang 볶다

Luyện tập 실전 연습

자신의 이야기를 만들어보세요.

맛있게 만드는 요리	
요리에 필요한 재료	
요리법	

예시 답안 해석

내가 가장 맛있게 만드는 요리는 미역국이다. 이 국은 영양이 많은 요리이며 한국인이 생일날에 자주 먹는 요리이다. 미역국은 한국인의 일상 식사에서도 보편적인 요리이다.

미역국을 조리하려면 마른미역, 소고기, 참기름, 조선간장(국간장), 마늘과 소금이 재료로 필요하다.

첫째, 마른미역을 물에 담가야 한다. 미역이 부드러워졌을 때 물기를 뺀 후 5cm의 크기로 썰어 준다. 그다음에 냄비를 가열하고, 마늘, 간장, 참기름, 소금을 조금 넣고 소고기와 함께 볶는다. 그다음 미역을 넣어 같이 볶는다. 약 4분 동안 골고루 저어 준다. 마지막에 냄비에 물을 붓고 약한 불로 약 10분 동안 끓인다. 더 맛있게 하려면 물이 끓을 때 다진 마늘을 소금 넣으면 된다.

BÀI 06 NẤU NƯỚNG

OPIc

Phần 2. Giải thích về đặc điểm và ý nghĩa của món ăn truyền thống
전통 음식의 특징과 의미를 설명하기

Câu hỏi 실전 질문

Tôi muốn biết về một món ăn truyền thống của đất nước bạn. Bạn có thể nói cho tôi nghe về một món ăn truyền thống phổ biến của nước bạn được không? Món ăn đó có được dùng trong một dịp đặc biệt nào không?

Chuẩn bị 사전 준비

1. 브레인스토밍

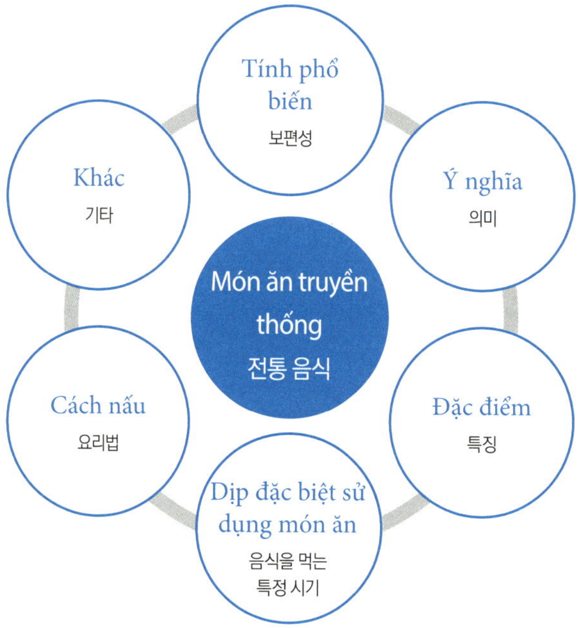

답안 구성

Giới thiệu một món ăn truyền thống phổ biến.
보편적인 전통 음식을 소개한다.

↓

Giải thích về đặc điểm và ý nghĩa của món ăn.
음식의 특징과 의미를 설명한다.

↓

Nói về dịp đặc biệt để thưởng thức món ăn đó.
음식을 먹는 시기를 이야기한다.

2. 전통 음식 소개를 위한 문장 연습

예시 문장들을 따라 읽어 보고 각자 상황에 맞춰 문장을 만들어보세요.

전통 음식 소개	Đất nước tôi có khá nhiều món ăn truyền thống, nhưng tôi muốn giới thiệu về ____________________. ▶ ____________ là một món ăn tiêu biểu và nổi tiếng của Hàn Quốc. ▶
음식의 특징과 의미	____________ là một món ăn làm từ ____________. ▶ Ngoài ra, còn có một số loại ____________ khác như ____________, ____________. ▶
음식을 먹는 시기	____________ được sử dụng trong bữa ăn hàng ngày của người Hàn Quốc. ▶ Có thể nói, tất cả người Hàn Quốc và rất nhiều người nước ngoài đều thích ____________________. ▶

Bài mẫu 예시 답안

[해석: 134쪽]

Đất nước tôi có khá nhiều món ăn truyền thống, nhưng tôi muốn giới thiệu về kimchi. Đây là một món ăn rất phổ biến không chỉ ở nước tôi mà còn ở nhiều nước trên thế giới. Kimchi là một món ăn tiêu biểu và nổi tiếng của Hàn Quốc. Vì thế, đôi khi người ta không gọi nước tôi là Hàn Quốc mà lại gọi là xứ sở kimchi.	Giới thiệu một món ăn truyền thống 전통 음식 소개
Kimchi truyền thống là một món ăn làm từ cải thảo, ướp với muối, đường, ớt bột, bột nếp xay, tỏi, gừng... Ngoài ra, còn có một số loại kimchi khác như kimchi củ cải, kimchi dưa chuột... Dù làm từ nguyên liệu gì thì kimchi vẫn rất ngon.	Đặc điểm và ý nghĩa của món ăn 음식의 특징과 의미
Kimchi được sử dụng trong bữa ăn hàng ngày của người Hàn Quốc chứ không chỉ trong một dịp cụ thể. Có thể nói, tất cả người Hàn Quốc và rất nhiều người nước ngoài đều thích kimchi.	Dịp đặc biệt để thưởng thức món ăn 음식을 먹는 시기

어휘			
truyền thống 전통	giới thiệu 소개하다	tiêu biểu 상징하다, 대표하다	xứ sở 국토, 나라
cải thảo 배추	ướp (với~) ~에 절이다	ớt bột 고춧가루	bột nếp xay 찹쌀가루
gừng 생강	củ cải 무	dưa chuột 오이	sử dụng 사용하다
bữa ăn 식사	hàng ngày 매일, 일상의	dịp 때, 기회	cụ thể 구체적인

요리재료와 관련하여 더 알아 두면 유용한 단어			
bột mì 밀가루	bơ 버터	dầu ăn 식용유	giấm 식초
hạt tiêu 후추	hương liệu 향신료	mật ong 꿀	muối 소금
phô mai 치즈	sốt cà chua 케첩	sốt tương ớt 칠리소스	xì dầu / nước tương 간장

Luyện tập 실전 연습

자신의 이야기를 만들어보세요.

전통 음식 소개	
음식의 특징과 의미	
음식을 먹는 시기	

예시 답안 해석

우리나라에는 많은 전통 요리가 있지만 나는 그 중 김치에 관해 소개하고 싶다. 이 요리는 우리나라뿐만 아니라 다른 나라에도 익숙한 요리다. 김치는 한국의 대표적이고 유명한 요리다. 그렇기 때문에 우리나라를 한국이라고 부르지 않고 '김치의 나라'라고 부르기도 한다.

전통김치는 배추를 이용해 만들고 소금, 설탕, 고춧가루, 찹쌀가루, 마늘, 생강 등과 같은 양념으로 간을 맞춘다. 그 외에 총각김치(알타리김치), 오이김치 등과 같은 다른 김치들이 있다. 어떤 재료를 이용해 만들더라도 김치는 아주 맛있다.

김치는 특정한 명절에만이 아니라 한국인의 일상 식사에서 늘 함께한다. 모든 한국인과 많은 외국인이 김치를 좋아한다고 할 수 있다.

BÀI 06 NẤU NƯỚNG

OPIc

Phần 3. Giới thiệu về chương trình nấu ăn yêu thích trên truyền hình
좋아하는 요리 프로그램의 내용을 소개하기

Câu hỏi 실전 질문

Trong bản khảo sát, bạn nói là bạn thích xem chương trình nấu ăn trên truyền hình. Bạn thích chương trình nấu ăn nào nhất? Tại sao bạn lại thích chương trình đó?

Chuẩn bị 사전 준비

1. 브레인스토밍

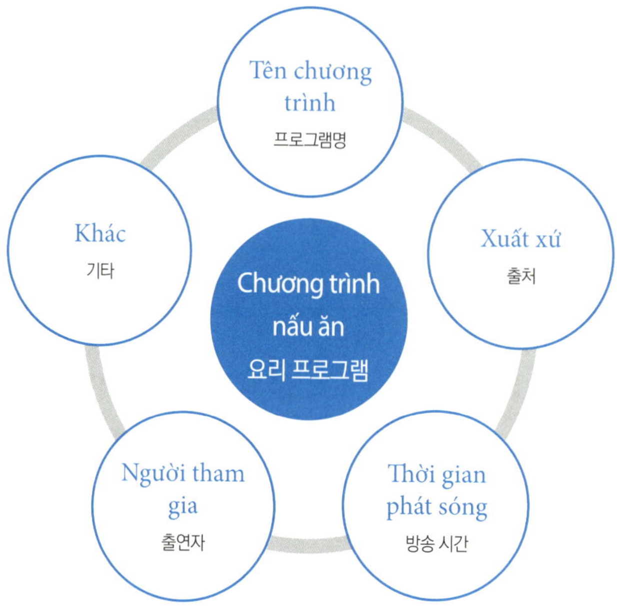

답안 구성

Giới thiệu về chương trình nấu ăn yêu thích.
좋아하는 요리 방송프로그램을 소개한다.

↓

Nói về nội dung chương trình đó.
프로그램의 내용을 설명한다.

↓

Nói về lí do yêu thích.
좋아하는 이유를 이야기한다.

2. 좋아하는 요리 방송프로그램 소개를 위한 문장 연습

예시 문장들을 따라 읽어 보고 각자 상황에 맞춰 문장을 만들어보세요.

요리 프로그램 소개	Tôi rất thích xem chương trình ________ của ________. ▶ Đây là một chương trình truyền hình ________. ▶ Chương trình này bắt đầu được phát sóng từ năm ________. ▶ Mỗi năm, chương trình sẽ phát sóng trong ________. ▶ ________ là ________ của chương trình. ▶
프로그램 내용	Các thí sinh sẽ cạnh tranh với nhau về ________. ▶ Giám khảo sẽ lựa chọn ________. ▶
좋아하는 이유	Tôi thích xem chương trình này vì ________. ▶ Tôi biết thêm ________ xuất hiện trong chương trình. ▶ Ngoài ra, ________. ▶

Bài mẫu 예시 답안

[해석: 140쪽]

Tôi rất thích xem chương trình Vua đầu bếp (Masterchef) của Mĩ. Đây là một chương trình truyền hình thực tế về nấu ăn. Chương trình này bắt đầu được phát sóng từ năm 2010. Mỗi năm, chương trình sẽ phát sóng trong khoảng 2 đến 6 tháng. Bếp trưởng nổi tiếng thế giới Gordon Ramsay là giám khảo của chương trình.

Giới thiệu về chương trình nấu ăn
요리 프로그램 소개

Nội dung chương trình rất hấp dẫn. Các thí sinh sẽ cạnh tranh với nhau về khả năng nấu ăn và hương vị món ăn của mình. Giám khảo sẽ lựa chọn một người thắng cuộc cuối cùng.

Nội dung chương trình đó
프로그램 내용

Tôi thích xem chương trình này vì tôi rất thích nấu ăn. Tôi biết thêm nhiều món ăn ngon xuất hiện trong chương trình. Ngoài ra, các giám khảo rất tài năng và hài hước. Những đánh giá của họ rất thú vị. Đây là chương trình truyền hình mà tôi thích xem nhất hiện nay.

Li do yêu thích
좋아하는 이유

어휘			
chương trình 프로그램	vua 왕	đầu bếp 요리사	truyền hình 영상을 보내다
thực tế 실제(의)	phát sóng 방송하다	bếp trưởng 주방장, 헤드 쉐프	giám khảo 심사위원
nội dung 내용, 취지	hấp dẫn 마음이 끌리는	thí sinh 수험생	cạnh tranh 경쟁하다
hương vị 향기와 맛	lựa chọn 선택하다	người thắng cuộc 우승자	biết thêm 더 알게 되다
xuất hiện 나타나다, 출현하다	tài năng 재능, 능력	hài hước 우스운, 재미있는	đánh giá 평가하다

TV 프로그램과 관련하여 더 알아 두면 유용한 단어			
biên tập viên thời sự 앵커	đài truyền hình 방송사, 방송국	phóng viên đặc phái 특파원	đài truyền hình cáp 케이블 방송
ghi hình 녹화하다	chương trình thực tế 리얼리티 쇼	chương trình giải trí 예능프로그램	họp báo 기자 회견
kênh 채널	người dẫn chương trình 사회자	phát sóng 방송하다	phát sóng tường thuật 중계방송(하다)
phim tài liệu 다큐멘터리	phim truyền hình TV 드라마	thời sự 뉴스, 시사	truyền hình trực tiếp 생방송

Luyện tập 실전 연습

자신의 이야기를 만들어보세요.

요리 프로그램 소개	
프로그램 내용	
좋아하는 이유	

예시 답안 해석

나는 마스터셰프 US(American Masterchef)라는 프로그램을 보는 것을 매우 좋아한다. 이것은 요리에 관한 리얼리티 방송프로그램(예능프로그램)이다. 이 프로그램은 2010년부터 방송되었다. 프로그램은 매년 약 2개월에서 6개월 동안 방송된다. 세계적으로 유명한 헤드 셰프인 고든 램지가 프로그램의 심사위원이다.

프로그램의 내용은 매우 흥미롭다. 참가자들은 자신의 요리 실력과 요리 맛에 대해 서로 경쟁한다. 심사위원들이 최종 우승자를 선정한다.

내가 요리를 매우 좋아하기 때문에 이 프로그램 보는 것을 좋아한다. 나는 방송에 나온 맛있는 음식들을 더 많이 알게 되었다. 또한 심사위원들은 매우 훌륭하고 유머러스하다. 그들의 의견은 매우 흥미롭다. 이 프로그램은 현재 내가 가장 좋아하는 방송프로그램이다.

07

PHIM ẢNH – NGHỆ THUẬT

OPIc

Phần 1. Giới thiệu thể loại phim yêu thích nhất và lí do
 좋아하는 영화 장르와 그 이유를 설명하기

Phần 2. Giới thiệu bộ phim yêu thích nhất và giải thích cốt truyện
 가장 좋아하는 영화와 줄거리를 설명하기

Phần 3. Miêu tả ngôi sao điện ảnh bạn muốn gặp và giải thích lí do
 만나고 싶은 영화배우를 묘사하고 그 이유를 설명하기

BÀI 07 PHIM ẢNH – NGHỆ THUẬT

OPIc

Phần 1. Giới thiệu thể loại phim yêu thích nhất và lí do

좋아하는 영화 장르와 그 이유를 설명하기

Câu hỏi 실전 질문

Bạn nói trong bản khảo sát là bạn thích xem phim. Bạn thích xem thể loại phim nào? Nói cho tôi biết cụ thể về thể loại phim mà bạn thích nhất.

Chuẩn bị 사전 준비

1. 브레인스토밍

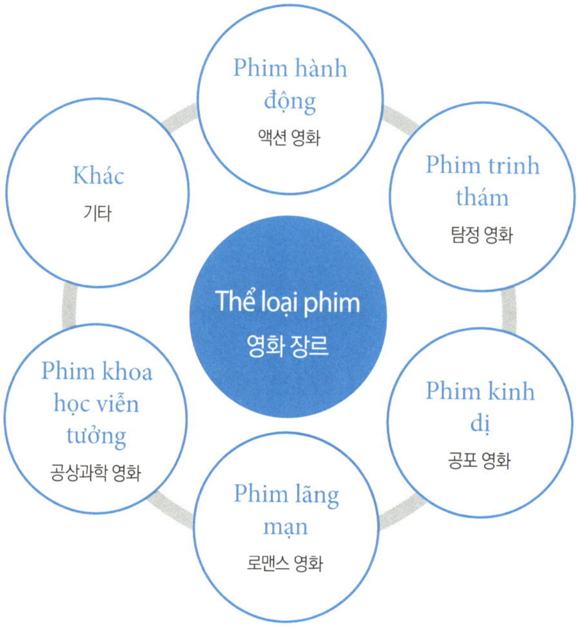

답안 구성

Giới thiệu thể loại phim yêu thích.
좋아하는 영화 장르를 소개한다.

↓

Giải thích lí do yêu thích.
좋아하는 이유를 설명한다.

↓

Giới thiệu nội dung chính của thể loại phim đó và những bộ phim tiêu biểu.
영화 장르의 주요 내용과 대표적인 작품을 소개한다.

2. 영화 장르 소개를 위한 문장 연습

예시 문장들을 따라 읽어 보고 각자 상황에 맞춰 문장을 만들어보세요.

좋아하는 영화 장르	Tôi thích xem ______. ▶
좋아하는 이유	Bởi vì tôi thích ______ và ______. ▶ Khi xem ______, tôi ______. ▶
영화 장르의 주요 내용과 대표 작품	Nội dung của những ______ rất ______. ▶ Các diễn viên thì ______ và ______. ▶ Những bộ phim tôi thích xem là ______. ▶

Bài mẫu 예시 답안

[해석: 148쪽]

Tôi thích xem phim hài, bởi vì tôi thích được thư giãn và cười thật nhiều. Khi xem phim hài, tôi không phải suy nghĩ nhiều, đầu óc được thoải mái. Người Việt Nam có câu *một nụ cười bằng mười thang thuốc bổ*. Vì thế, các bộ phim hài rất tốt cho sức khoẻ tinh thần.	Thể loại phim yêu thích 좋아하는 영화 장르 Lí do yêu thích 좋아하는 이유
Nội dung của những bộ phim hài rất hấp dẫn. Các bộ phim hài tôi thích xem thường có nội dung khá kịch tính. Đôi khi, các tình huống hài đến từ sự kịch tính đó. Người xem không đoán được kết quả của một tình huống, và sự bất ngờ thú vị khiến khán giả bật cười. Các diễn viên hài thì rất duyên dáng và hài hước. Những bộ phim tôi thích xem là phim của vua hài Sác-lô(Charlie Chaplin), phim Mr Bean, bộ phim Đến thượng đế cũng phải cười... Đây đều là những phim kinh điển rất đáng xem.	Nội dung và những bộ phim tiêu biểu 주요 내용과 대표 작품

어휘			
phim hài 코미디 영화	cười 웃다	đầu óc 두뇌, 머리	nụ cười 미소
thuốc bổ 보약	sức khoẻ 건강	tinh thần 정신, 마음	kịch tính 절정, 극적(인)
tình huống 상황, 정세	hài 개그, 코미디	đoán 예상하다, 추측하다	kết quả 결과
bất ngờ 예기치 않은	khán giả 관중, 관객	diễn viên 배우, 연기자	duyên dáng 우아한, 매력적인
hài hước 익살스러운	thượng đế 황제, 상제	phim kinh điển 명작 영화	đáng ~할 가치가 있다

영화 소개와 관련하여 더 알아 두면 유용한 단어	
gay cấn 긴박하다	đầy ắp sự tưởng tượng 상상력이 넘치다
mạnh mẽ và anh hùng 강력하고 영웅적인	xem những cảnh hành động mạnh 강한 액션 장면을 보는
suy luận - theo dõi các vụ án và phá án 추리 - 사건을 모니터링하고 추리하다	được xem một thế giới trong tưởng tượng 상상 속의 세계를 볼 수 있다

Luyện tập 실전 연습

자신의 이야기를 만들어보세요.

좋아하는 영화 장르	
좋아하는 이유	
영화 장르의 주요 내용과 대표 작품	

예시 답안 해석

나는 휴식을 취하며 많이 웃는 것을 좋아하기 때문에 코미디 영화 보는 것을 좋아한다. 코미디 영화를 볼 때는 많은 생각이 필요 없고 마음이 편안해진다. 베트남 사람에게는 "미소 하나가 보약 10봉지와 같다"라는 속담이 있다. 그래서 코미디 영화는 정신 건강에 아주 좋다.

코미디 영화의 내용은 매우 흥미롭다. 내가 좋아하는 코미디 영화들은 내용이 조금 긴박한 편이다. 때로는 그 긴박한 상황들로부터 코믹한 상황이 일어나곤 한다. 시청자들이 상황의 결말을 예측할 수 없는 그러한 흥미로운 놀라움이 나를 웃게 만든다. 코미디 배우들은 매력이 넘치고 유머러스하다. 내가 좋아하는 영화는 코미디의 황제 찰리 채플린 영화들과 미스터 빈 시리즈 그리고 '부시맨'(The Gods must be crazy)이다. 이 영화들은 아주 볼 만한 명작들이다.

BÀI 07 PHIM ẢNH – NGHỆ THUẬT

OPIc Phần 2. Giới thiệu bộ phim yêu thích nhất và giải thích cốt truyện
가장 좋아하는 영화와 줄거리를 설명하기

Câu hỏi 실전 질문

Hãy cho tôi biết về bộ phim mà bạn thích nhất. Đó là phim gì? Cốt truyện như thế nào? Ai là diễn viên trong bộ phim đó? Vì sao bạn thích bộ phim đó nhất?

Chuẩn bị 사전 준비

1. 브레인스토밍

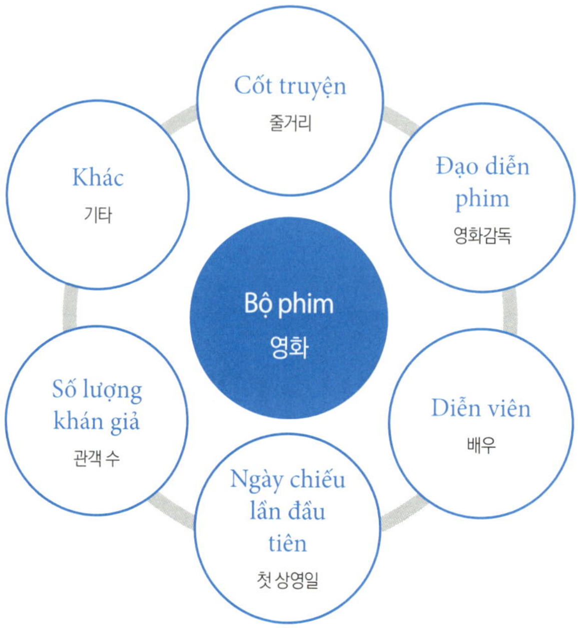

답안 구성

Giới thiệu bộ phim yêu thích nhất.
가장 좋아하는 영화를 소개한다.

↓

Giới thiệu cốt truyện và diễn viên.
영화 내용과 배우를 소개한다.

↓

Giải thích lí do yêu thích.
좋아하는 이유에 관해 설명한다.

2. 영화 소개를 위한 문장 연습

예시 문장들을 따라 읽어 보고 각자 상황에 맞춰 문장을 만들어보세요.

<table>
<tr><td rowspan="4">좋아하는 영화</td><td>Tôi thích nhất bộ phim ______________________.</td></tr>
<tr><td>▶</td></tr>
<tr><td>Phim ____________ được chiếu lần đầu tiên vào ____________</td></tr>
<tr><td>▶</td></tr>
<tr><td rowspan="5">영화 내용과 배우</td><td>Phim dựa trên ____________</td></tr>
<tr><td>▶</td></tr>
<tr><td>Diễn viên chính của phim là ____________ trong vai ____________, và</td></tr>
<tr><td>____________ trong vai ____________.</td></tr>
<tr><td>▶</td></tr>
<tr><td rowspan="5">좋아하는 이유</td><td>Tôi rất thích phim này vì ____________ và ____________.</td></tr>
<tr><td>▶</td></tr>
<tr><td>____________ trong phim làm cho người xem ____________</td></tr>
<tr><td>và ____________.</td></tr>
<tr><td>▶</td></tr>
</table>

Bài mẫu 예시 답안

[해석: 154쪽]

Tôi thích nhất bộ phim Titanic. Phim Titanic được chiếu lần đầu tiên vào năm 1997.

Phim dựa trên một câu chuyện có thật về vụ đắm tàu Titanic nổi tiếng trong lịch sử vào năm 1912. Diễn viên chính của phim là nam diễn viên Leonardo DiCaprio trong vai Jack và nữ diễn viên Kate Winslet trong vai Rose. Rose thuộc tầng lớp quý tộc. Jack thuộc tầng lớp hạ lưu. Họ gặp nhau trên tàu Titanic và yêu nhau từ cái nhìn đầu tiên. Khi tình yêu của họ đang tốt đẹp thì con tàu Titanic bị đắm. Jack và Rose bị rơi xuống biển. Jack đã nhường cơ hội sống cho Rose, còn mình thì chọn cái chết.

Tôi rất thích phim này vì câu chuyện rất hay và tình cảm. Đây là một bộ phim buồn nhưng có một tình yêu rất đẹp. Tình yêu trong phim làm cho người xem xúc động và rất nhiều người khi xem bộ phim này đã khóc.

Bộ phim yêu thích nhất
좋아하는 영화

Cốt truyện, diễn viên
영화 내용과 배우

Lí do yêu thích
좋아하는 이유

어휘			
chiếu 상연하다	dựa trên ~을 바탕으로	câu chuyện 이야기	vụ đắm tàu 난파선
lịch sử 역사	vai 역할을 하다, 어깨	thuộc ~에 속하다	tầng lớp 계급, 계층
quý tộc 귀족	hạ lưu 하류	yêu nhau từ cái nhìn đầu tiên 첫눈에 반하다	bị đắm 난파되다, 파선되다
rơi xuống 떨어지다	nhường 포기하다, 양보하다	chết 죽다	tình cảm 감정

영화와 관련하여 더 알아 두면 유용한 단어	
câu chuyện tình yêu 사랑 이야기	sự bất ngờ 놀라움
những câu chuyện li kì 스릴있는 이야기	khám phá 발견하다

Luyện tập 실전 연습

자신의 이야기를 만들어보세요.

좋아하는 영화	
영화 내용과 배우	
좋아하는 이유	

예시 답안 해석

나는 영화 타이타닉을 가장 좋아한다. 타이타닉은 1997년에 처음 개봉했다.

1912년에 일어난 역사적으로 유명한 실화 '타이타닉 침몰 사건'을 바탕으로 한 영화이다. 영화의 주연 배우는 '잭'의 역할을 맡은 '레오나르도 디카프리오'와 '로즈'의 역할을 맡은 배우 '케이트 윈슬렛'이다. 로즈는 귀족이었고, 잭은 하층민이었다. 그들은 타이타닉호에서 만나 서로 첫눈에 반했다. 그들의 사랑이 가장 아름다울 때 타이타닉호는 가라앉는다. 잭과 로즈도 바다에 빠졌다. 잭은 로즈에게 살아남을 기회를 양보하고 본인은 죽음을 택한다.

스토리가 좋고 감정적이기 때문에 이 영화를 매우 좋아한다. 이 영화는 슬픈 영화이지만 아름다운 사랑이 있다. 영화 속 사랑은 시청자들을 감동시켰고 이 영화를 본 많은 사람이 눈물을 흘렸다.

BÀI 07 PHIM ẢNH – NGHỆ THUẬT

OPIc Phần 3. Miêu tả ngôi sao điện ảnh bạn muốn gặp và giải thích lí do
만나고 싶은 영화배우를 묘사하고 그 이유를 설명하기

Câu hỏi 실전 질문

Bạn có thích ngôi sao điện ảnh nào không? Bạn muốn gặp ngôi sao điện ảnh nào nhất? Hãy nói cho tôi biết về diễn viên nam hoặc diễn viên nữ mà bạn thích nhất, và lí do tại sao bạn thích anh ấy / cô ấy.

Chuẩn bị 사전 준비

1. 브레인스토밍

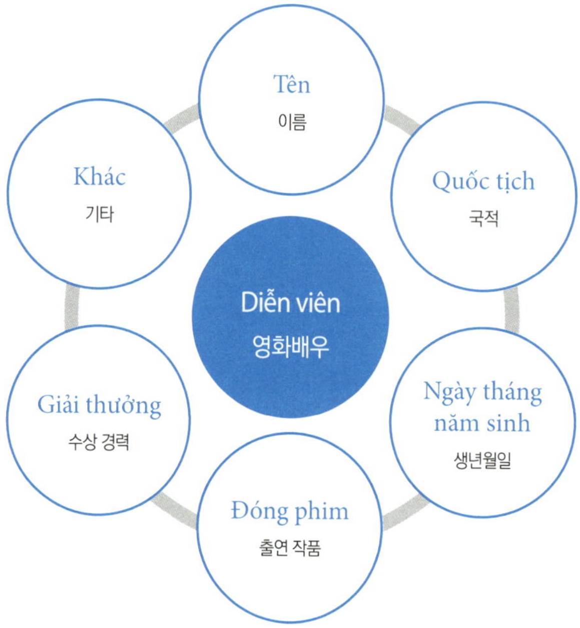

답안 구성

Giới thiệu ngôi sao điện ảnh bạn muốn gặp nhất.
가장 만나고 싶은 영화배우를 이야기한다.

↓

Miêu tả ngôi sao điện ảnh đó.
그 배우에 대해 묘사한다.

↓

Giải thích lí do muốn gặp.
만나고 싶은 이유를 이야기한다.

2. 만나고 싶은 영화배우 소개를 위한 문장 연습

예시 문장들을 따라 읽어 보고 각자 상황에 맞춰 문장을 만들어보세요.

가장 만나고 싶은 영화배우	Ngôi sao điện ảnh mà tôi muốn gặp nhất là ____________. ▶
배우 묘사	Tôi thích anh ấy từ vai diễn ____________ trong ____________. ▶ Anh ấy là một diễn viên ____________ và ____________. ▶ Anh tham gia rất nhiều ____________. ▶ Anh có thể đóng ____________. ▶
만나고 싶은 이유	Tôi không chỉ thích ____________ mà còn ____________. ▶

Bài mẫu 예시 답안

[해석: 160쪽]

Ngôi sao điện ảnh mà tôi muốn gặp nhất là nam diễn viên Leonardo DiCaprio.

Tôi thích anh ấy từ vai diễn Jack trong bộ phim bom tấn "Titanic". Anh là một diễn viên rất đẹp trai và quyến rũ. Bộ phim này, anh trở nên nổi tiếng và có rất nhiều fan nữ. Tham gia rất nhiều thể loại phim. Anh có thể đóng nhiều nhân vật khác nhau với các tính cách đa dạng. Anh là một diễn viên tài năng.

Tôi không chỉ thích xem anh diễn mà còn rất khâm phục sự cố gắng của anh. Anh đã bốn lần trượt giải Oscar nhưng vẫn không bỏ cuộc. Cuối cùng, anh đã giành được giải Oscar "Nam diễn viên chính xuất sắc nhất" với vai diễn trong phim "The Revenant". Tôi ước mình có thể gặp được anh trong tương lai.

Ngôi sao điện ảnh bạn muốn gặp nhất
가장 만나고 싶은 영화배우

Miêu tả ngôi sao điện ảnh
배우 묘사

Lí do yêu thích
만나고 싶은 이유

어휘			
ngôi sao điện ảnh 영화배우	vai diễn 배역	bộ phim bom tấn 블록버스터 영화	quyến rũ 매력 있는
tham gia 참여하다	thể loại 장르	đóng 연기하다	nhân vật 인물
tính cách 성격, 기질	khâm phục 칭찬하다, 존경하다	cố gắng 노력하다 (sự cố gắng 노력)	trượt giải 수상에 실패하다
bỏ cuộc 포기하다	giành 쟁취하다	xuất sắc 우수한, 탁월한	ước 바라다

배우 소개와 관련하여 더 알아 두면 유용한 단어	
tên diễn viên 배우 이름	tên vai diễn 배역 이름
thể loại nhân vật 인물 타입	thể loại phim 영화 장르

Luyện tập 실전 연습

자신의 이야기를 만들어보세요.

가장 만나고 싶은 영화배우	
배우 묘사	
만나고 싶은 이유	

예시 답안 해석

내가 가장 만나고 싶은 영화배우는 '레오나르도 디카프리오'이다.

블록버스터 영화인 "타이타닉"에서 잭 역할을 맡았을 때부터 그를 좋아했다. 그는 매우 잘생기고 매력적인 배우이다. 그는 이 영화 이후 유명해져서 많은 여성 팬이 생겼다. 그는 다양한 영화 장르에 출연하고 있다. 다양한 성격이 있는 많은 캐릭터를 연기하고 있다. 그는 정말 재능이 있는 배우이다.

나는 그의 연기하는 모습을 좋아할 뿐만 아니라 그의 노력을 칭찬한다. 오스카상 수상을 네 번이나 실패했지만, 그는 포기하지 않았다. 마침내 그는 영화 "The Revenant(레버넌트: 죽음에서 돌아온 자)"에서 맡은 역할로 오스카상에서 남우주연상을 수상했다. 나는 앞으로 그를 만날 날을 기대한다.

08

ÂM NHẠC

OPIc

Phần 1. Giới thiệu thể loại nhạc yêu thích và giải thích hoàn cảnh nghe nhạc

▸ 좋아하는 음악 장르와 음악 감상 상황에 대해 설명하기

Phần 2. Giới thiệu loại nhạc cụ bạn biết chơi và thích chơi

▸ 좋아하고 연주할 줄 아는 악기를 소개하기

Phần 3. Giới thiệu nhóm hát bạn tham gia và các hoạt động

▸ 가입한 음악 밴드의 활동을 소개하기

BÀI 08 ÂM NHẠC

OPIc

Phần 1. Giới thiệu thể loại nhạc yêu thích và giải thích hoàn cảnh nghe nhạc

좋아하는 음악 장르와 음악 감상 상황에 대해 설명하기

Câu hỏi 실전 질문

Trong bản khảo sát, bạn nói là bạn thích nghe nhạc. Bạn thích nghe loại nhạc nào? Hãy nói cho tôi biết vì sao bạn thích loại nhạc đó?

Chuẩn bị 사전 준비

1. 브레인스토밍

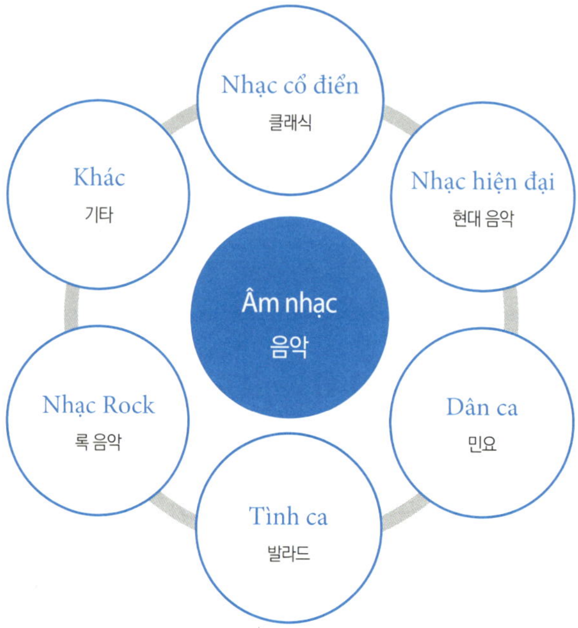

답안 구성

Giới thiệu thể loại nhạc yêu thích.
좋아하는 음악 장르를 소개한다.

↓

Nói về hoàn cảnh nghe nhạc và cảm xúc khi thưởng thức loại nhạc đó.
음악 감상 상황과 감정을 이야기한다.

↓

Nói về lí do yêu thích.
그 장르를 좋아하는 이유를 이야기한다.

2. 좋아하는 음악 장르 소개를 위한 문장 연습

예시 문장들을 따라 읽어 보고 각자 상황에 맞춰 문장을 만들어보세요.

좋아하는 음악 장르	Tôi thích nghe nhạc ________. ▶
음악 감상과 들을 때 느끼는 감정	Tôi thường nghe nhạc ở ________. ▶ Tôi thường bật nhạc trên ________ và dùng ________. ▶ Mỗi khi nghe nhạc, đặc biệt là nghe các bản ________, tôi cảm thấy tinh thần ________. ▶
그 장르를 좋아하는 이유	Tôi thích ________ vì ________. ▶ Giai điệu của ________. ▶ Lời bài hát giống như ________. ▶ Nhạc vừa có sự ________, vừa có sự ________. ▶ Anh ấy thường xuyên ________ tôi ________. ▶ Có lẽ, tôi chịu ảnh hưởng một phần từ ________. ▶

Bài mẫu 예시 답안

[해석: 168쪽]

Tôi thích nghe nhạc Rock ballad. Tôi thường nghe nhạc ở mọi lúc, mọi nơi, với mọi thiết bị nghe nhạc. Khi ở nhà, tôi thường bật nhạc trên máy tính và dùng loa để âm thanh to hơn. Khi đi trên đường, tôi bật nhạc trên điện thoại và dùng tai nghe. Nếu đi xa dài ngày, tôi sẽ dùng ipod. Mỗi khi nghe nhạc, đặc biệt là nghe các bản rock ballad, tôi cảm thấy tinh thần vui vẻ và sảng khoái.	Thể loại nhạc yêu thích 좋아하는 음악 장르 Hoàn cảnh nghe nhạc và cảm xúc 음악 감상과 들을 때 느끼는 감정
Tôi thích rock ballad vì đoạn đầu bài hát thường có một đoạn dạo nhạc pi-a-nô, ghi-ta, hoặc vi-ô-lông rất hay. Giai điệu của rock ballad thường nhẹ nhàng, đơn giản. Lời bài hát giống như bài thơ. Nhạc rock ballad vừa có sự đặc biệt, cá tính của rock, vừa có sự du dương, tha thiết của ballad. Ngoài ra, vì anh trai tôi rất thích loại nhạc này nên hồi nhỏ, anh ấy thường xuyên muốn tôi cùng nghe. Có lẽ sở thích nghe rock ballad của tôi chịu ảnh hưởng một phần từ anh trai tôi.	Lí do yêu thích 그 장르를 좋아하는 이유

어휘			
mọi lúc 언제나	mọi nơi 어디서나	thiết bị nghe nhạc 음악 설비	bật nhạc 음악을 틀다
loa 스피커, 확성기	âm thanh 소리, 음성	điện thoại 전화기	tai nghe 이어폰
bản 판	sảng khoái 명랑한, 상쾌한	đoạn 부분, 조각	dạo nhạc 연주하다
giai điệu 멜로디	nhẹ nhàng 가벼운	đơn giản 간단한, 간소한	lời bài hát 노래 가사
bài thơ 시	cá tính 개성	du dương 듣기 좋은, 아름다운 선율이	tha thiết 진심으로, 진지하게
loại nhạc 음악 종류	hồi nhỏ 어렸을 때	chịu ảnh hưởng 영향을 받다	phần 몫, 부분

음악과 관련하여 더 알아 두면 유용한 단어	
giai điệu 멜로디	âm hưởng 음향
nhịp điệu 음절, 음조	da diết 비통한
trữ tình 서정적인	buồn bã 슬픈, 우울한

Luyện tập 실전 연습

자신의 이야기를 만들어보세요.

좋아하는 음악 장르	
음악 감상과 들을 때 느끼는 감정	
그 장르를 좋아하는 이유	

예시 답안 해석

나는 록 발라드 음악을 듣는 것을 좋아한다.

나는 보통 다양한 음악기기로 언제 어디서나 음악을 듣는다. 집에 있을 때는 대체로 컴퓨터로 음악을 틀고 스피커를 이용해서 더 큰 소리로 듣는다. 이동할 때에는 핸드폰으로 음악을 틀고 이어폰을 사용한다. 며칠 정도 멀리 가게 되면 아이팟(iPod)을 사용한다. 음악을 들을 때마다, 특히 록 발라드를 들을 때면 기분이 좋고 상쾌해지는 것을 느낀다.

노래의 시작 부분에는 보통 멋진 피아노 음악, 기타 또는 바이올린 연주가 있기 때문에 록 발라드를 좋아한다. 록 발라드는 보통 멜로디가 부드럽고 단순하다. 가사가 시와 같다. 록 발라드 음악에는 록의 개성과 특색이 있으면서 발라드의 감미로움과 애틋함이 있다. 또한, 우리 오빠가 이 음악 장르를 너무 좋아해서 어렸을 때 나와 함께 듣기를 원했다. 어쩌면 내가 록 발라드를 좋아하는 것은 오빠의 영향을 받은 것 같다.

BÀI 08 ÂM NHẠC

OPIc Phần 2. Giới thiệu loại nhạc cụ bạn biết chơi và thích chơi
좋아하고 연주할 줄 아는 악기를 소개하기

Câu hỏi 실전 질문

Trong bản khảo sát, bạn nói rằng bạn thích chơi nhạc cụ. Bạn biết chơi và thích chơi loại nhạc cụ nào? Bạn bắt đầu học nhạc cụ từ năm bao nhiêu tuổi? Bạn hãy kể cho tôi nghe một câu chuyện đáng nhớ liên quan đến việc học nhạc cụ của bạn.

Chuẩn bị 사전 준비

1. 브레인스토밍

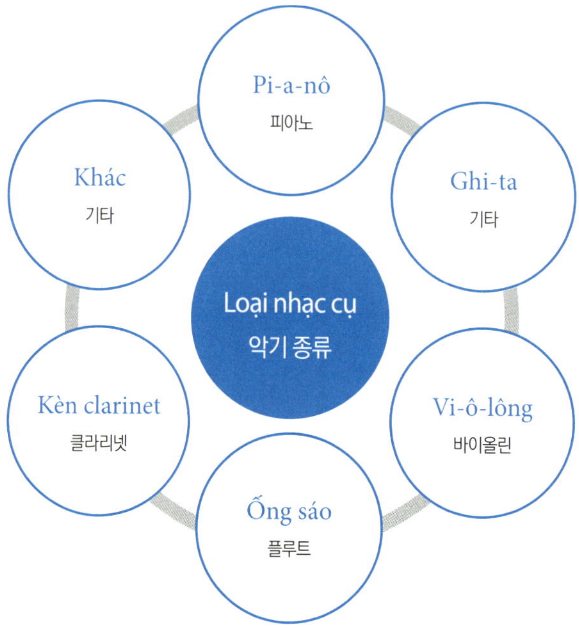

답안 구성

Giới thiệu loại nhạc cụ bạn biết chơi và thích chơi.
연주할 줄 알고 좋아하는 악기를 소개한다.

↓

Nói về thời gian học nhạc cụ.
악기를 배운 기간에 관해 이야기한다.

↓

Nói về một kỉ niệm đáng nhớ.
기억나는 추억을 이야기한다.

2. 연주할 줄 아는 악기 소개를 위한 문장 연습

예시 문장들을 따라 읽어 보고 각자 상황에 맞춰 문장을 만들어보세요.

연주할 줄 알고 좋아하는 악기	Tôi biết chơi ______. ▶ Tôi thường chơi ______ vì ______. ▶
악기를 배운 기간	Tôi học nhạc từ khi ______. ▶ Tôi bắt đầu học đánh đàn từ khi ______. ▶ Tôi có thể biểu diễn từ năm ______. ▶ Tôi đã dành tình yêu cho ______. ▶
기억에 남는 추억	Tôi vẫn nhớ kỉ niệm đặc biệt làm cho ______. ▶ Vì thế, tôi quyết tâm học ______. ▶

Bài mẫu 예시 답안

[해석: 174쪽]

Tôi biết chơi pi-a-nô và ghi-ta. Tôi thường chơi ghi-ta vì ghi-ta nhỏ, gọn và dễ mang theo bên mình. Ngoài ra, tôi cũng thích chơi ghi-ta hơn pi-a-nô.

Loại nhạc cụ biết chơi và thích chơi
연주할 줄 알고 좋아하는 악기

Tôi học nhạc từ khi còn nhỏ. Khi tôi 5 tuổi, bố mẹ tôi đã mua cho tôi một cây đàn pi-a-nô và tôi bắt đầu học đánh đàn. Tôi có thể biểu diễn từ năm 7 tuổi và đã giành một số huy chương trong các cuộc thi âm nhạc. Khi học trung học, tôi bắt đầu chơi ghi-ta và dành tình yêu cho ghi-ta.

Thời gian học nhạc cụ
악기를 배운 기간

Tôi vẫn nhớ kỉ niệm đặc biệt làm cho tôi bắt đầu chơi ghi-ta. Trường trung học của tôi tổ chức một bữa tiệc cuối năm cho các học sinh. Khi đó, người bạn gái mà tôi thích sẽ tham gia hát một bài hát. Tôi rất muốn đệm đàn cho bạn ấy hát, nhưng không thể mang pi-a-nô đến bữa tiệc được vì pi-a-nô quá to. Vì thế, tôi quan tâm học ghi-ta trong nửa tháng. Cuối cùng, tôi đã chơi được ghi-ta và cùng bạn ấy biểu diễn. Chúng tôi đã trở thành một cặp.

Kỉ niệm đáng nhớ
기억에 남는 추억

어휘			
chơi 놀다, 연주하다	gọn 정돈된, 가지런한	mang theo 가져오다	đánh đàn 연주하다
biểu diễn 공연하다	giành 다투다, 쟁취하다	huy chương 메달, 훈장	cuộc thi âm nhạc 음악 대회
tình yêu 사랑, 애정	tổ chức 조직하다, 주최하다	bữa tiệc 연회, 파티	bạn gái 여자 친구
đệm đàn 반주하다	quan tâm 관심을 두다	trở thành ~이 되다	một cặp 한 쌍, 커플

악기 연주와 관련하여 더 알아 두면 유용한 단어	
chơi (pi-a-nô) (피아노를) 연주하다	thổi nhạc cụ ống (kèn, sáo) (관악기를) 불다
kéo (vi-ô-lông) (바이올린을) 켜다	đánh (trống) (드럼을) 치다

Luyện tập 실전 연습

자신의 이야기를 만들어보세요.

연주할 줄 알고 좋아하는 악기	
악기를 배운 기간	
기억에 남는 추억	

예시 답안 해석

나는 피아노와 기타를 연주할 줄 안다. 기타는 작아서 휴대하기 쉽기 때문에 나는 기타를 자주 연주한다. 또한 나는 피아노보다 기타를 연주하는 것을 더 좋아한다.

나는 어릴 때부터 음악을 배웠다. 5살 때 부모님이 나에게 피아노를 사주셔서 피아노 연주를 배우기 시작했다. 7살부터 연주할 수 있었으며 음악 경연 대회에서 많은 메달을 수상했다. 나는 중학교 때 기타 연주를 시작했고, 기타에 매료되었다.

기타를 연주하게 된 특별한 추억을 여전히 기억하고 있다. 내가 다니던 중학교에서 학생들을 위한 연말 파티를 주최했다. 그때 내가 좋아하는 여학생이 노래를 부르기로 했다. 나는 그녀의 노래를 위해 피아노를 연주하고 싶었지만, 피아노가 너무 커서 가져올 수 없었다. 그래서 반 달 동안 기타를 배우기로 했다. 결국 기타를 연주할 수 있고 그녀와 함께 공연했다. 우리는 커플이 되었다.

BÀI 08 ÂM NHẠC

OPIc Phần 3. Giới thiệu nhóm hát bạn tham gia và các hoạt động
가입한 음악 밴드의 활동을 소개하기

Câu hỏi 실전 질문

Trong bản khảo sát, bạn nói là bạn thích hát theo nhóm. Bạn đã tham gia nhóm hát của bạn từ khi nào? Bạn đã làm gì để tham gia vào hoạt động của nhóm? Hãy nói cho tôi biết chi tiết.

Chuẩn bị 사전 준비

1. 브레인스토밍

답안 구성

Giới thiệu nhóm hát bạn tham gia.
내가 속한 밴드를 소개한다.

↓

Nói về thời gian điểm tham gia nhóm hát và hoạt động đầu tiên.
밴드에 가입한 시기와 첫 공연에 대해 이야기한다.

↓

Nói về các hoạt động hiện tại của nhóm.
밴드의 현재 활동을 이야기한다.

2. 활동하고 있는 밴드 소개를 위한 문장 연습

예시 문장들을 따라 읽어 보고 각자 상황에 맞춰 문장을 만들어보세요.

밴드 소개	Tôi có một nhóm hát tên là ________. ▶ Nhóm hát của tôi đã thành lập từ ________. ▶
밴드 가입 시기와 첫 공연	Tôi là ________ tham gia nhóm. ▶ Năm ngoái, tôi ________ một bữa tiệc. ▶ Tôi hát ________ với ________. ▶ Người trưởng nhóm nói là tôi có ________ và ________. ▶
밴드의 현재 활동	Thỉnh thoảng, chúng tôi đi hát cho ________. ▶ Chúng tôi chỉ hát vì ________ của mình. ▶

Bài mẫu 예시 답안

[해석: 180쪽]

Tôi rất thích hát. Tôi có một nhóm hát tên là Buổi sáng mùa hạ (Summer Morning). Nhóm hát của tôi đã thành lập từ cách đây 3 năm.	Giới thiệu nhóm hát 밴드 소개
Tôi là người cuối cùng tham gia nhóm. Năm ngoái, tôi đi dự tiệc của một người bạn. Trưởng nhóm hát cũng đã đi dự bữa tiệc đó. Sau bữa tiệc, tất cả mọi người đi hát karaoke. Tôi đã hát rất nhiều, tôi còn hát song ca với bạn trưởng nhóm. Sau đó, trưởng nhóm nói là tôi có một giọng hát rất hay và cao. Bạn ấy đã mời tôi tham gia nhóm hát. Tuy rất bất ngờ nhưng tôi đã đồng ý. Tôi bắt nhịp với các bạn trong nhóm rất nhanh. Hai tuần sau, chúng tôi đã hát cho một lễ khai trương cửa hàng.	Thời gian tham gia nhóm và hoạt động đầu tiên 밴드 가입 시기와 첫 공연
Bây giờ, thỉnh thoảng chúng tôi đi hát cho các sự kiện nhỏ. Chúng tôi không phải một nhóm hát chuyên nghiệp. Chúng tôi chỉ hát vì niềm đam mê ca hát của mình.	Các hoạt động hiện tại của nhóm 밴드의 현재 활동

어휘			
hát 노래 부르다	nhóm hát 밴드	thành lập 설립하다	cách đây ~ 전에
đi dự 참석하다	tiệc 연회, 잔치	trưởng nhóm 리더	hát song ca 듀엣으로 노래하다
giọng 음색, 억양	đồng ý 동의하다	bắt nhịp 지휘하다	lễ khai trương 개업식
cửa hàng 가게, 상점	sự kiện 사건, 행사	chuyên nghiệp 전문의	niềm đam mê 열정

노래 또는 밴드와 관련하여 더 알아 두면 유용한 단어	
đơn ca 솔로	tam ca 트리오
âm trầm 저음	sâu lắng 깊은
tình cảm 감정적인, 애절한	da diết 비통한

Luyện tập 실전 연습

자신의 이야기를 만들어보세요.

밴드 소개	
밴드 가입 시기와 첫 공연	
밴드의 현재 활동	

예시 답안 해석

나는 노래 부르는 것을 좋아한다. 나는 '여름 아침'이라는 밴드에 있다. 이 밴드는 3년 전에 결성되었다.

나는 그 밴드에 가입한 마지막 멤버이다. 작년에 친구의 파티에 참석했는데 밴드의 리더도 그 파티에 참석했다. 파티 후 다 같이 노래방을 갔다. 그때 나는 노래를 많이 불렀는데 밴드 리더와 듀엣으로도 불렀다. 그 후, 밴드 리더가 내가 좋은 목소리와 높은 톤을 가지고 있다고 말했다. 그리고 리더가 밴드 가입을 권유했다. 나는 매우 놀랐지만 수락했다. 나는 밴드 멤버들을 매우 빠르게 따라잡았다. 2주 후, 우리는 한 가게의 개업식에서 노래를 했다.

현재 우리는 가끔 작은 행사에서 노래를 부르기도 한다. 우리는 프로 밴드가 아니고 노래에 대한 열정 때문에 노래를 부른다.

09

THỂ THAO

OPIc

Phần 1. Giới thiệu và giải thích về môn thể thao yêu thích mà bạn hay chơi

> 좋아하고 즐기는 운동을 소개하고 설명하기

Phần 2. Giới thiệu và miêu tả vận động viên yêu thích nhất

> 좋아하는 운동선수를 소개하고 묘사하기

Phần 3. Giới thiệu và giải thích sở thích xem thể thao

> 운동 경기 관람 성향을 소개하고 설명하기

BÀI 09 THỂ THAO

OPIc Phần 1. Giới thiệu và giải thích về môn thể thao yêu thích mà bạn hay chơi
좋아하고 즐기는 운동을 소개하고 설명하기

Câu hỏi 실전 질문

Trong bản khảo sát, bạn nói là bạn rất thích chơi bóng rổ. Bạn có trải nghiệm chơi bóng rổ đáng nhớ nào không? Nếu có, hãy cho tôi biết trải nghiệm đó ở đâu, vào lúc nào, và tại sao trải nghiệm đó lại đáng nhớ như vậy?

Chuẩn bị 사전 준비

1. 브레인스토밍

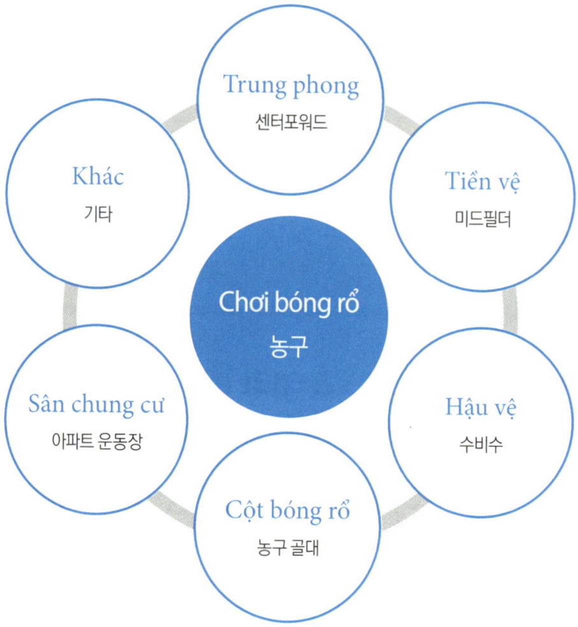

답안 구성

Giới thiệu sở thích chơi bóng rổ.
취미로 즐긴 농구를 소개한다.

↓

Nói về trải nghiệm đáng nhớ.
인상 깊었던 경험을 이야기한다.

↓

Giải thích lí do đáng nhớ.
인상 깊었던 이유를 설명한다.

2. 취미 활동인 농구를 소개하기 위해 필요한 문장 연습

예시 문장들을 따라 읽어 보고 각자 상황에 맞춰 문장을 만들어보세요.

취미로 즐기는 농구	Từ khi ________, tôi đã đam mê bóng rổ. ▶ Tôi thường chơi ở vị trí ________. ▶
인상 깊은 경험	________, chúng tôi chơi bóng rổ ở ________. ▶ Một lần, khi tôi đang ________ thì một hậu vệ đội bạn lao vào người tôi. ▶ Tôi ________. ▶
인상 깊은 이유	Điều làm tôi nhớ nhất là ________. ▶ Tôi đã rất ________ với kỉ niệm đó. ▶

Bài mẫu 예시 답안

[해석: 188쪽]

Từ khi còn nhỏ, tôi đã đam mê bóng rổ. Lúc 3 tuổi, bố tôi đã dạy tôi chơi bóng rổ. Lớn hơn, tôi chơi bóng rổ với các bạn ở gần nhà. Các buổi chiều, chúng tôi chơi bóng rổ ở sân chung cư. Chúng tôi chơi bóng với nhau rất vui vẻ. Tôi thường chơi ở vị trí trung phong nên ghi được nhiều điểm. Mỗi khi tôi ghi điểm, các bạn rất ngưỡng mộ tôi khiến tôi cảm thấy tự hào.	Sở thích chơi bóng rổ 취미로 즐기는 농구
Một lần, khi tôi đang bay người ném bóng vào rổ thì một hậu vệ đội bạn lao vào người tôi. Tôi ngã mạnh xuống đất. Chân tôi bị đau, rất đau. Tôi kêu lên rất to và bật khóc. Bố mẹ phải đưa tôi đến bệnh viện. Tôi bị gãy chân và phải nghỉ chơi bóng rổ 2 tháng.	Trải nghiệm đáng nhớ 인상 깊은 경험
Nhưng điều làm tôi nhớ nhất, là các bạn tôi cũng không chơi bóng trong 2 tháng. Các bạn nói là muốn đợi tôi. Tôi đã rất cảm động với kỉ niệm đó.	Lí do đáng nhớ 인상 깊은 이유

어휘			
đam mê ~에 빠지다	bóng rổ 농구	sân chung cư 아파트 공터	vị trí 위치, 포지션
trung phong 센터포워드	ghi điểm 득점하다	ngưỡng mộ 우러러보다	tự hào 자부하다
bay người 몸을 날리다	ném bóng 공을 던지다	rổ 골대, 바구니	hậu vệ 수비수
đội bạn 상대편	ngã 넘어지다, 굴러떨어지다	xuống 내려오다	kêu lên 소리치다
đưa A đến B A를 B로 데려다주다 /데리고 가다	bị gãy chân 다리가 부러지다	điều 일, 사건	cảm động 감동하다/받다

스포츠 활동과 관련하여 더 알아 두면 유용한 단어		
phát bóng 시축하다	đi bóng 공을 패스하다	chuyền bóng 공을 가지고 움직이다
cầm bóng 공을 토스하다	cản phá bóng 공을 방해하다	đá luân lưu 승부차기하다

Luyện tập 실전 연습

자신의 이야기를 만들어보세요.

취미로 즐기는 농구	
인상 깊은 경험	
인상 깊은 이유	

예시 답안 해석

나는 어렸을 때부터 농구에 대한 열정이 있었다. 3살 때 아버지께서 나에게 농구를 가르쳐 주셨다. 조금 컸을 때는 동네 친구들과 함께 주로 아파트 공터에서 농구를 했다. 매일 오후 우리는 아파트 공터에서 농구를 했다. 우리는 매우 즐겁게 농구를 했다. 나는 보통 포워드 역할로 경기했기 때문에 많은 점수를 획득했다. 점수를 획득할 때마다 친구들이 나를 칭찬해줘서 스스로 자랑스럽다고 느꼈다.

그러던 어느 날, 내가 공을 골대에 넣으려고 몸을 날렸을 때 상대 팀 수비수가 나에게 달려들었다. 나는 바닥에 세게 떨어졌다. 다리가 매우 아파서 크게 소리를 지르며 울었다. 부모님이 나를 병원으로 데려갔다. 나는 다리가 부러졌고 두 달 동안 농구를 할 수 없었다.

그때 친구들도 나를 따라 두 달 동안 농구를 하지 않은 일이 가장 기억에 남는다. 친구들은 나를 기다리고 싶다고 말했다. 그때의 그 기억에 나는 큰 감동을 받았다.

BÀI 09 THỂ THAO

OPIc Phần 2. Giới thiệu và miêu tả vận động viên yêu thích nhất
좋아하는 운동선수를 소개하고 묘사하기

Câu hỏi 실전 질문

Hãy cho tôi biết về vận động viên mà bạn thích nhất? Vận động viên đó chơi môn thể thao gì? Bạn biết đến vận động viên đó từ khi nào? Vì sao bạn thích vận động viên đó nhất?

Chuẩn bị 사전 준비

1. 브레인스토밍

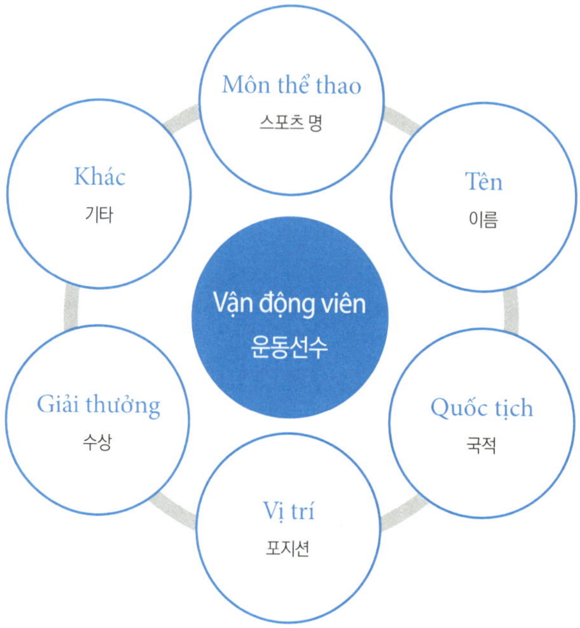

답안 구성

Giới thiệu vận động viên yêu thích nhất.
가장 좋아하는 운동선수를 소개한다.

↓

Nói về thời điểm biết vận động viên đó.
그 선수를 알게 된 시기를 이야기한다.

↓

Giải thích lí do yêu thích.
좋아하는 이유를 설명한다.

2. 좋아하는 운동선수 소개를 위한 문장 연습

예시 문장들을 따라 읽어 보고 각자 상황에 맞춰 문장을 만들어보세요.

좋아하는 운동선수 소개	Vận động viên mà tôi yêu thích nhất là ______. ▶ Anh ấy là một ______ nổi tiếng thế giới người ______. ▶ Anh ấy đã giành được ______. ▶
그 선수를 알게 된 시기	Tôi đã hâm mộ ______ từ khi ______. ▶ Sau đó, anh ấy đá cho các câu lạc bộ nổi tiếng khác như ______. ▶
좋아하는 이유	Tôi thích anh ấy vì anh ấy là một ______ giỏi, luôn biết cách ______. ▶ Ngoài ra, ______ còn luôn ______. ▶

Bài mẫu 예시 답안

[해석: 194쪽]

Vận động viên mà tôi yêu thích nhất là Cristiano Ronaldo. Anh ấy là một cầu thủ bóng đá nổi tiếng thế giới người Bồ Đào Nha. Anh ấy đã giành được 5 Quả bóng vàng cho "Cầu thủ xuất sắc nhất năm".	Giới thiệu vận động viên 운동선수 소개
Tôi đã hâm mộ Ronaldo từ khi anh ấy đá ở câu lạc bộ Manchester United vào năm 2003. Sau đó, anh ấy đá cho các câu lạc bộ nổi tiếng khác như Real Madrid và Juventus.	Thời điểm biết vận động viên đó 그 선수를 알게 된 시기
Tôi thích anh ấy vì anh ấy là một tiền đạo giỏi, luôn biết cách ghi bàn. Anh ấy có thể sút được cả hai chân và đánh đầu cũng giỏi. Ngoài ra, Ronaldo còn luôn thân thiện và yêu quý người hâm mộ(fan). Anh còn giúp đỡ tiền cho những người hâm mộ gặp khó khăn. Anh ấy sẽ luôn là thần tượng bóng đá của tôi.	Lí do yêu thích 좋아하는 이유

어휘			
vận động viên 운동선수	cầu thủ bóng đá 축구선수	Bồ Đào Nha 포르투갈	xuất sắc 우수한, 능력 있는
hâm mộ 흠모하다	tiền đạo (축구) 스트라이커	ghi bàn 골을 득점하다	sút 슛하다
đánh đầu 헤딩	thân thiện 우호의, 친선의	khó khăn 어려운, 곤란한	thần tượng 우상

스포츠 명칭과 관련하여 더 알아 두면 유용한 단어			
bóng bàn 탁구	cầu lông 배드민턴	bóng chuyền 배구	bóng ném 핸드볼
bóng chày 야구	ten-nít 테니스	gôn 골프	bơi lội 수영

Luyện tập 실전 연습

자신의 이야기를 만들어보세요.

좋아하는 운동선수 소개	
그 선수를 알게 된 시기	
좋아하는 이유	

예시 답안 해석

내가 가장 좋아하는 선수는 크리스티아누 호날두이다. 그는 세계적으로 유명한 포르투갈 축구선수이다. 그는 다섯 번이나 '올해 가장 훌륭한 축구선수'로 선정되어 5개의 골든볼을 수상했다.

나는 2003년에 호날두가 MU 축구팀에서 뛰었을 때부터 팬이었다. 그 후 그는 레알 마드리드와 유벤투스와 같은 여러 유명한 축구팀에서 활약했다.

나는 그가 훌륭한 스트라이커로서 득점하는 법을 알고 있기 때문에 그를 좋아한다. 그는 양발과 머리로 공을 잘 다룰 수 있다. 그 외에 호날두는 항상 팬들에게 친절하고 팬을 사랑한다. 또한 어려운 팬들을 후원하기도 한다. 그는 항상 나의 축구 우상이 될 것이다.

BÀI 09 THỂ THAO

OPIc

Phần 3. Giới thiệu và giải thích sở thích xem thể thao

운동 경기 관람 성향을 소개하고 설명하기

Câu hỏi 실전 질문

Bạn thích xem thi đấu thể thao trực tiếp tại sân vận động hay xem tường thuật trên ti vi? Hãy cho tôi biết lí do chi tiết.

Chuẩn bị 사전 준비

1. 브레인스토밍

답안 구성

Giới thiệu sở thích xem thể thao.
운동 경기를 관람 성향을 소개한다.

↓

Nói về sở thích xem thể thao của bản thân.
자신의 관람 성향을 이야기한다.

↓

Giải thích lí do cụ thể.
구체적인 이유를 설명한다.

2. 경기 관람 선호도 설명을 위한 문장 연습

예시 문장들을 따라 읽어 보고 각자 상황에 맞춰 문장을 만들어보세요.

운동 경기 관람 성향	Tôi thích xem __________ hơn xem __________. ▶ Đặc biệt là khi xem ________________. ▶
자신의 관람 성향	Cuối tuần, tôi thường dành thời gian để đến sân vận động xem ________________. ▶
구체적인 이유	Tôi thích xem trực tiếp vì thứ nhất, tôi __________. ▶ Thứ hai, ở sân vận động, tôi ________________. ▶ Cuối cùng, tôi ________________. ▶

Bài mẫu 예시 답안

[해석: 200쪽]

Tôi thích xem thi đấu thể thao trực tiếp tại sân vận động hơn xem tường thuật trực tiếp trên ti vi. Đặc biệt là khi xem bóng đá.

Cuối tuần, tôi thường dành thời gian để đến sân vận động xem đội bóng Seoul đá. Đó là đội bóng yêu thích của tôi.

Tôi thích xem trực tiếp vì thứ nhất, tôi có cảm xúc chân thực hơn. Tôi có thể xem tất cả các góc độ của trận đấu. Còn nếu xem tường thuật trực tiếp trên ti vi thì sẽ bị phụ thuộc vào góc máy quay. Thứ hai, ở sân vận động, tôi có thể cổ vũ trực tiếp cho các cầu thủ. Tôi thường hát to bài hát của câu lạc bộ. Tôi hét lên và nhảy múa khi có bàn thắng. Tôi chia sẻ niềm vui với những người ngồi bên cạnh. Cuối cùng, tôi có thể nói chuyện với những người cùng sở thích. Chúng tôi thường nói chuyện về các cầu thủ, về các trận đấu, chia sẻ kiến thức bóng đá cho nhau. Đến sân vận động vào cuối tuần luôn là sở thích của tôi.

Sở thích xem thể thao
운동 경기 관람 성향

Sở thích xem thể thao của bản thân
자신의 관람 성향

Lí do cụ thể
구체적인 이유

어휘			
thi đấu 겨루다, 시합하다	thể thao 스포츠	trực tiếp 직접(의)	sân vận động 경기장, 운동장
tường thuật trực tiếp 생방송	chân thực 사실의, 진실의	góc độ 각도	trận đấu 경기, 시합
phụ thuộc 부속의, 속하다	góc máy quay 카메라 각도	cổ vũ 격려하다, 응원하다	hét lên 소리 지르다
nhảy múa 춤추다	bàn thắng 골인	niềm vui 기쁨, 즐거움	kiến thức 식견, 지식

스포츠와 관련하여 더 알아 두면 유용한 단어			
chiến thắng 승리(하다)	đội 팀, 조	giải vô địch 선수권 대회	hoạt động giải trí 여가활동
huy chương vàng 금메달	kỉ lục 기록	nhà vô địch 챔피언	tập huấn (선수들이) 훈련하다
thất bại 패배하다	thế vận hội 올림픽	trận chung kết 결승전	trận thi đấu 경기, 시합

Luyện tập 실전 연습

자신의 이야기를 만들어보세요.

운동 경기 관람 성향	
자신의 관람 성향	
구체적인 이유	

예시 답안 해석

나는 스포츠 경기를 TV 생방송으로 보는 것보다 경기장에서 직접 보는 것을 선호한다. 특히 축구 관람을 좋아한다.

주말에 나는 시간을 내서 경기장에 가서 서울 FC 축구팀이 시합하는 것을 본다. 이 팀이 내가 좋아하는 축구팀이다.

내가 직접 관람하는 것을 좋아하는 이유는 첫째, 사실적인 감정을 느낄 수 있기 때문이다. 경기의 모든 각도를 볼 수 있다. 그러나 생방송으로 보면 카메라 각도에 따라 보는 것과 같다. 둘째, 경기장에서 선수들을 직접 응원할 수 있다. 나는 보통 축구팀의 응원가를 크게 부르거나, 골을 넣을 때마다 소리를 지르면서 춤을 추기도 하며 옆 사람들과 함께 기쁨을 나눈다. 마지막으로, 비슷한 취미를 가진 사람들과 이야기를 나눌 수 있기 때문이다. 우리는 보통 선수들과 경기에 대해 이야기를 하고 축구 지식을 공유하기도 한다. 주말에 경기장에 가는 것은 나의 취미이다.

10
THỂ DỤC

OPIc

Phần 1. Giải thích mục đích và lí do luyện tập ở phòng tập thể dục
› 헬스장에서 운동을 하는 목적과 그 이유를 설명하기

Phần 2. Giải thích thói quen và lợi ích của việc đi bộ
› 조깅 습관과 효과에 대해 설명하기

Phần 3. Giải thích về thói quen đạp xe và sự việc đáng nhớ
› 자전거 타기와 관련된 기억에 남는 사건을 이야기하기

BÀI 10 THỂ DỤC

OPIc Phần 1. Giải thích mục đích và lí do luyện tập ở phòng tập thể dục
헬스장에서 운동을 하는 목적과 그 이유를 설명하기

Câu hỏi 실전 질문

Bạn nói trong bản khảo sát là bạn thích đến phòng tập thể dục để tập luyện (tập gym). Mục đích chính của bạn khi đến phòng tập gym là để làm gì? Khi đến đó, bạn thường làm gì? Bạn hãy nói về tất cả những gì bạn làm ở đó.

Chuẩn bị 사전 준비

1. 브레인스토밍

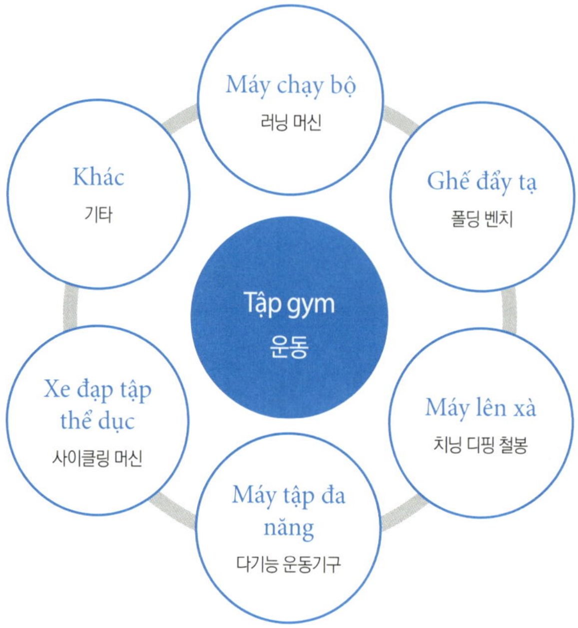

답안 구성

Nói về mức độ thường xuyên đi tập gym.
헬스장에 얼마나 자주 가는지 이야기한다.

↓

Giải thích mục đích và lí do tập gym.
운동을 하는 목적과 이유를 설명한다.

↓

Giới thiệu hoạt động ở phòng tập gym.
헬스장에서 하는 운동을 소개한다.

2. 개인 운동을 설명하기 위해 필요한 문장 연습

예시 문장들을 따라 읽어 보고 각자 상황에 맞춰 문장을 만들어보세요.

운동을 하러 가는 빈도	______ tôi đến phòng thể dục để tập luyện. ▶
운동을 하는 목적과 이유	Mục đích chính của tôi khi tập gym là để ______. ▶ Tôi sử dụng rất nhiều ______ tập luyện. ▶ Nếu tập ở nhà, tôi không thể ______ như vậy. ▶
헬스장에서 하는 운동	Đầu tiên, tôi ______. Sau đó, tôi ______. ▶ Thứ hai tôi sẽ tập ______, Thứ tư tôi sẽ tập ______, Thứ sáu tôi sẽ tập ______. ▶ Các bài tập giúp tôi ______. ▶

Bài mẫu 예시 답안

[해석: 208쪽]

Một tuần 3 lần tôi đến phòng thể dục để tập luyện.

Mục đích chính của tôi khi tập gym là để có sức khoẻ tốt hơn và cơ thể đẹp hơn. Tôi hơi béo, vì thế tôi cần phải tập luyện nhiều. Khi đến phòng tập, tôi sử dụng rất nhiều máy móc tập luyện. Nếu tự tập ở nhà, tôi không thể có nhiều máy như vậy và sẽ nhanh chán.

Khi đến phòng tập, đầu tiên, tôi chạy trên máy chạy bộ. Tôi sẽ chạy khoảng 10 phút để cơ thể nóng lên. Sau đó, vào những ngày khác nhau, tôi tập những bài tập khác nhau. Thứ hai, tôi sẽ tập ngực, vai, tay. Thứ tư, tôi sẽ tập lưng, tay, bụng. Thứ sáu, tôi sẽ tập chân, lưng và bụng. Các bài tập giúp tôi có sức khoẻ để làm việc và sống vui vẻ.

Mức độ thường xuyên đi tập gym
운동을 하러 가는 빈도

Mục đích và lý do tập gym
운동을 하는 목적과 이유

Hoạt động ở phòng tập gym
헬스장에서 하는 운동

어휘			
phòng thể dục 헬스클럽	tập luyện 연습하다	mục đích 목적	tập gym 헬스클럽
cơ thể 신체	máy móc tập luyện 운동기구	tự tập 스스로 학습하다	nhanh chán 빠르게 싫증이 나는
chạy 달리다	máy chạy bộ 러닝머신	nóng lên 달아오르다	bài tập 과제, 연습문제

운동과 관련하여 더 알아 두면 유용한 표현		
tập luyện 운동 연습	đốt năng lượng trong cơ thể 몸의 에너지를 소모하다	chữa bệnh đau mỏi cơ thể 통증을 치료하다
	giảm cân 체중을 감량하다	giảm mỡ bụng 복부지방을 태우다/감소시키다
	tập chuyên nghiệp 전문적으로 운동을 한다	có mục đích rõ ràng 분명한 목적이 있다
	kiên trì 인내심이 있다	có huấn luyện viên riêng 개인 코치가 있다

Luyện tập 실전 연습

자신의 이야기를 만들어보세요.

운동을 하러 가는 빈도	
운동을 하는 목적과 이유	
헬스장에서 하는 운동	

예시 답안 해석

나는 매주 3번 정도 운동하러 헬스장에 간다.

헬스를 하는 주요 목적은 더 건강해지는 것과 아름다운 몸매를 갖는 것이다. 나는 조금 통통해서 운동을 열심히 한다. 헬스장에서 운동할 때 운동기구를 많이 사용한다. 집에서 운동할 경우에는 많은 운동기구가 없어서 빨리 싫증이 날 것 같다.

헬스장에 가면 처음에 나는 러닝 머신에서 달리는데, 몸을 워밍업시키기 위해 10분 정도 달린다. 그 후 날마다 다른 부위를 운동한다. 월요일은 가슴, 어깨와 팔 부분 운동을 한다. 수요일에 등, 팔과 복부 운동을 금요일에 다리, 등과 복부 운동을 한다. 모든 운동은 건강에 좋고 내가 즐겁게 일하고 생활하도록 도움을 준다.

BÀI 10 THỂ DỤC

OPIc Phần 2. Giải thích thói quen và lợi ích của việc đi bộ
조깅 습관과 효과에 대해 설명하기

Câu hỏi 실전 질문

Bạn nói trong bản khảo sát là bạn thường đi bộ sau giờ làm việc. Vì sao bạn thích đi bộ? Đi bộ mang lại những lợi ích gì cho bạn? Hãy nói cho tôi biết nhiều nhất có thể.

Chuẩn bị 사전 준비

1. 브레인스토밍

답안 구성

Nói về thói quen đi bộ.
조깅 습관에 관해 이야기한다.

↓

Nói về thời gian và địa điểm đi bộ.
조깅 시간과 장소를 이야기한다.

↓

Giải thích lợi ích của việc đi bộ.
조깅의 효과에 관해 설명한다.

2. 조깅에 대해 말하는 데 필요한 문장 연습

예시 문장들을 따라 읽어 보고 각자 상황에 맞춰 문장을 만들어보세요.

조깅 습관	Đi bộ là một cách tập thể dục rất ________ với tôi. ▶ ________ đi bộ sau giờ làm việc. ▶
조깅을 하는 장소와 시간	Tôi thường đi bộ ở ________. ▶
조깅의 효과	Đi bộ giúp tôi ________. ▶ Tôi vừa đi bộ vừa ________. ▶ Tôi không bị ________. ▶ Bên cạnh đó, tôi cảm thấy vui vẻ khi đi bộ vì có thể ________. ▶

Bài mẫu 예시 답안

[해석: 214쪽]

Tôi rất thích đi bộ. Đi bộ là một cách tập thể dục rất tốt và phù hợp với tôi. Ngày nào tôi cũng đi bộ sau giờ làm việc.	Thói quen đi bộ 조깅 습관
Tôi thường đi bộ ở công viên gần nhà khoảng 1 tiếng.	Thời gian và địa điểm đi bộ 조깅을 하는 장소와 시간
Đi bộ giúp tôi thư giãn. Tôi vừa đi bộ, vừa hít thở không khí trong lành và ngắm cảnh, nghe tiếng chim hót. Tôi cảm thấy yêu cuộc sống hơn. Đi bộ còn giúp tôi giữ được sức khoẻ. Tôi khoẻ mạnh hơn, không bị đau đầu, đau lưng, đau chân tay. Bên cạnh đó, tôi cảm thấy vui vẻ khi đi bộ vì có thể nói chuyện với nhiều người. Chúng tôi nói về thời sự, về cuộc sống, về thể thao...Sau một ngày làm việc ở công ti, đi bộ giúp cho tôi lấy lại năng lượng cho cuộc sống.	Lợi ích của đi bộ 조깅의 효과

어휘			
đi bộ 걷다	tập thể dục 운동하다	phù hợp 적합한, 일치하다	giờ làm việc 근무시간
hít thở 숨 쉬다	không khí 공기	trong lành 맑은, 깨끗한	ngắm cảnh 풍경을 감상하다
tiếng chim hót 새가 지저귀는 소리	thời sự 뉴스, 시사	lấy lại 되찾다, 다시 잡다	năng lượng 에너지

신체와 관련하여 더 알아 두면 유용한 단어			
đầu 머리	vai 어깨	cổ 목	lưng 등
tay 팔	chân 다리	ngực 가슴	bụng 배

Luyện tập 실전 연습

자신의 이야기를 만들어보세요.

조깅 습관	
조깅을 하는 장소와 시간	
조깅의 효과	

예시 답안 해석

나는 조깅을 매우 좋아한다. 조깅은 좋은 운동이고 나에게 맞는 운동이다. 나는 매일 퇴근 후에 조깅한다.

나는 집 근처 공원에서 1시간 정도 조깅한다.

조깅은 휴식을 취하는 데에도 도움이 된다. 나는 걸으면서 신선한 공기를 마시고 풍경을 구경하며 새가 지저귀는 소리도 듣는다. 나는 내 삶을 더 사랑하게 되는 걸 느낀다. 조깅은 또한 건강 유지에 도움이 된다. 나는 더 건강해졌고 두통, 허리 통증, 팔다리 통증이 없어졌다. 그 외에 많은 사람들과 이야기를 나눌 수 있어서 조깅을 할 때마다 즐겁다고 느낀다. 우리는 시사 뉴스, 삶과 스포츠 등에 대해 이야기를 한다. 회사에서의 하루가 끝난 후에 하는 조깅은 내 삶의 에너지를 충전하는 데 도움이 된다.

BÀI 10 THỂ DỤC

OPIc Phần 3. Giải thích về thói quen đạp xe và sự việc đáng nhớ
자전거 타기와 관련된 기억에 남는 사건을 이야기하기

Câu hỏi 실전 질문

Trong bản khảo sát, bạn nói là bạn thích đạp xe. Bạn có trải nghiệm thú vị nào khi đạp xe không? Nếu có, hãy cho tôi biết bạn đã đạp xe ở đâu và vào lúc nào? Bạn đã gặp chuyện gì ở đó? Chuyện đó xảy ra như thế nào? Hãy kể cho tôi nghe chi tiết nhất có thể.

Chuẩn bị 사전 준비

1. 브레인스토밍

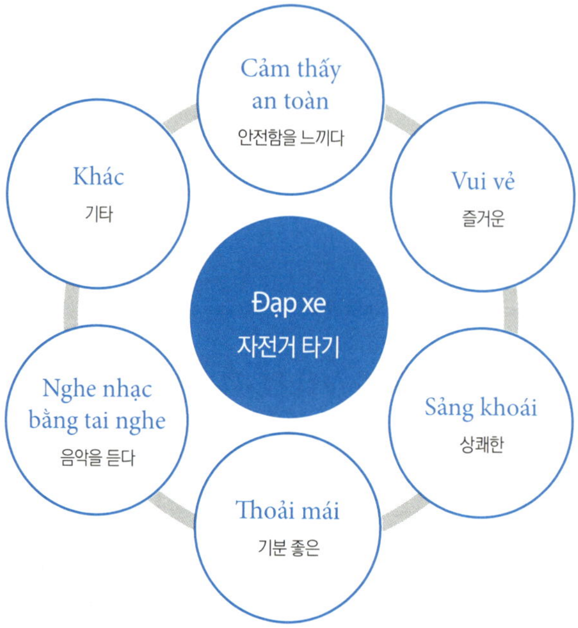

답안 구성

Giới thiệu về thói quen đạp xe.
자전거 타는 습관을 소개한다.

↓

Nói về sự việc đã xảy ra.
발생한 사건을 이야기한다.

↓

Nói về lí do vì sao sự việc đó đáng nhớ.
기억에 남는 이유를 이야기한다.

2. 자전거 타기를 이야기하기 위한 문장 연습

예시 문장들을 따라 읽어 보고 각자 상황에 맞춰 문장을 만들어보세요.

자전거 타는 습관	______, tôi thường đạp xe ______. ▶ Tôi cảm thấy ______ khi đạp xe ở đây. ▶ Vừa đạp xe, tôi vừa ______. ▶
발생한 사건	Một hôm, tôi ______. ▶ Tôi không chú ý đến ______. ▶ Rất may là ______. ▶
그 일이 기억에 남는 이유	Bất ngờ, tôi nhận ra đó là ______. ▶ Chúng tôi vui mừng hơn khi biết chúng tôi ______. ▶ Từ đó, chúng tôi luôn rủ nhau ______. ▶

Bài mẫu 예시 답안

[해석: 220쪽]

Cuối tuần, vào buổi sáng, tôi thường đạp xe dọc bờ sông Hàn. Dọc bờ sông có con đường nhỏ cho người đi bộ và đi xe đạp. Con đường đó có nhiều cây cối và rất ít xe ô tô. Tôi cảm thấy an toàn khi đạp xe ở đây. Vừa đạp xe, tôi vừa ngắm cảnh sông Hàn buổi sáng.

Thói quen đạp xe
자전거 타는 습관

Một hôm, tôi đạp xe hơi nhanh một chút. Tôi không chú ý đến một hòn đá ở giữa đường. Tôi đã đâm vào hòn đá và đâm vào một người đạp xe đối diện. Chúng tôi bị ngã. Rất may là người và xe không sao, chân tôi chỉ hơi đau một chút. Tôi xin lỗi người đó.

Sự việc đã xảy ra
발생한 사건

Bất ngờ, tôi nhận ra đó là bạn cùng lớp hồi cấp 3. Chúng tôi rất vui mừng khi gặp lại, và vui mừng hơn khi biết chúng tôi cùng thích đạp xe. Từ đó, chúng tôi luôn rủ nhau đi đạp xe vào mỗi cuối tuần.

Lí do sự việc đó đáng nhớ
그 일이 기억에 남는 이유

어휘			
đạp xe 자전거 페달을 밟다	dọc ~을 따라서	bờ sông 강가	đi xe đạp 자전거를 타다
cây cối 식물	an toàn 안전	chú ý 주의하다	hòn đá 돌멩이
đâm vào 맞부딪히다	bạn cùng lớp 같은 반 친구	vui mừng 유쾌한, 즐거운	rủ nhau 서로 권하다

지인 소개와 관련하여 더 알아 두면 유용한 단어		
đồng nghiệp cũ 예전 동료	bạn cùng phòng kí túc xá cũ 예전 기숙사 방 친구	hàng xóm cũ 옛날 이웃
ở gần nhau 가까이에 살다	làm việc cùng lĩnh vực 같은 분야에서 일하다	làm việc gần nhau 가까이에서 일하다

Luyện tập 실전 연습

자신의 이야기를 만들어보세요.

자전거 타는 습관	
발생한 사건	
그 일이 기억에 남는 이유	

예시 답안 해석

나는 보통 주말 아침에 한강을 따라 자전거를 탄다. 강변에는 자전거를 타는 사람들과 조깅하는 사람들을 위한 작은 길이 있다. 그 길에는 가로수가 많고 차가 거의 없다. 나는 이곳에서 자전거를 탈 때 안전함을 느낀다. 자전거를 타면서 나는 한강의 아침 풍경을 구경한다.

어느 날 나는 자전거를 조금 빠르게 탔는데, 길 중간에 있는 돌멩이에 미처 주의를 기울이지 못했다. 돌멩이에 걸려 반대편에 자전거를 타고 오던 사람과 부딪혀 넘어졌다. 다행히 그 사람과 자전거는 괜찮았고 내 다리만 약간 아팠다. 나는 그 사람에게 사과했다.

놀랍게도 나와 부딪힌 그 사람은 내 고등학교 동창이었다. 우리는 다시 만나게 돼서 매우 기뻤고, 더 기쁜 것은 우리 둘 다 자전거 타기를 좋아한다는 것을 알게 된 것이었다. 그때부터 우리는 항상 주말에 자전거를 같이 타고 있다.

11

SÁCH

OPIc

Phần 1. Giới thiệu quyển sách đã đọc và giải thích nội dung sách

▸ 읽었던 책을 소개하고 그 내용을 설명하기

Phần 2. Giới thiệu tác giả yêu thích và tác phẩm của tác giả đó

▸ 좋아하는 작가와 그 작가가 쓴 작품을 소개하기

Phần 3. Lựa chọn quan điểm thích đọc sách giấy hay sách điện tử và lí do lựa chọn

▸ 종이책 혹은 전자책에 대한 관점을 선택하고 이유를 설명하기

BÀI 11 SÁCH

OPIc

Phần 1. Giới thiệu quyển sách đã đọc và giải thích nội dung sách

읽었던 책을 소개하고 그 내용을 설명하기

Câu hỏi 실전 질문

Trong bản khảo sát, bạn nói là bạn thích đọc sách. Gần đây, bạn đã đọc quyển sách nào? Bạn hãy cho tôi biết chi tiết về nội dung quyển sách đó.

Chuẩn bị 사전 준비

1. 브레인스토밍

답안 구성

Giới thiệu một quyển sách đã đọc.
읽었던 책을 소개한다.

↓

Nói về lí do đọc quyển sách này.
그 책을 읽은 이유를 이야기한다.

↓

Tóm tắt và giải thích nội dung.
책의 내용을 요약하여 설명한다.

2. 자신이 읽었던 책을 소개하기 위한 문장 연습

예시 문장들을 따라 읽어 보고 각자 상황에 맞춰 문장을 만들어보세요.

읽었던 책 소개	Mỗi quyển sách ________ đối với tôi. ▶ Tôi thường đọc sách vào ________. ▶ Gần đây, tôi đã đọc một quyển sách rất thú vị. Đó là ________. ▶
그 책을 읽은 이유	Tôi ________ quyển sách này trong ngày ________. ▶ Bạn của tôi nói rằng, nó sẽ làm cho tôi ________. ▶
책의 내용 소개	Nội dung quyển sách kể về ________. ▶ Câu chuyện rất ________, ________ và ________. ▶ Thậm chí, tôi cũng nhìn thấy bản thân mình ________ ở trong đó. ▶ Quyển sách rất ________ và ________. ▶

Bài mẫu 예시 답안

[해석: 228쪽]

Tôi rất thích đọc sách. Mỗi quyển sách mở ra một thế giới đối với tôi. Tôi thường đọc sách vào buổi tối trước khi đi ngủ. Gần đây, tôi đã đọc một cuốn sách rất thú vị. Đó là cuốn "Con cái chúng ta giỏi thật" của Aziz Nesin.	Giới thiệu một quyển sách đã đọc 읽었던 책 소개
Tôi mua quyển sách này trong ngày hội sách của thành phố. Bạn tôi đã giới thiệu cho tôi và nói rằng, nó sẽ làm cho tôi cười rất nhiều.	Lí do đọc quyển sách này 그 책을 읽은 이유
Cuốn sách là những bức thư của một cô bé và một cậu bé lớp 5 viết cho nhau. Nội dung những lá thư kể về gia đình, nhà trường và bạn bè xung quanh 2 người. Mặc dù là thư trẻ con, nhưng nội dung của truyện dành cho cả người lớn. Các câu chuyện rất hài hước, sinh động và chân thực. Thậm chí, tôi cũng nhìn thấy bản thân mình hồi còn nhỏ ở trong đó. Quyển sách này rất hay và đáng đọc.	Giới thiệu nội dung 책의 내용 소개

어휘			
đối với ~에 대한	ngày hội sách 독서 박람회	bức thư 편치	cô bé 소녀
cậu bé 소년	lá thư 편지	kể về ~에 대해 이야기하다	dành cho ~를 위한
sinh động 사실적인, 생동하다	chân thực 진실한, 솔직하다	thậm chí ~조차, 심지어	hồi còn nhỏ 어렸을 때

독서와 관련하여 더 알아 두면 유용한 단어		
hấp dẫn 마음이 끌리는	tiếp thu / hấp thụ 흡수하다	gợi mở (느낌, 태도) 불러일으키다
sâu sắc 깊은	triết lí 철학	dễ hiểu 이해하기 쉬운

Luyện tập 실전 연습

자신의 이야기를 만들어보세요.

읽었던 책 소개	
그 책을 읽은 이유	
책의 내용 소개	

예시 답안 해석

나는 독서를 아주 좋아한다. 책은 매 권마다 나에게 새로운 세계를 열어 준다. 나는 보통 밤에 자기 전에 책을 읽는다. 최근에 나는 아주 재미있는 책을 읽었다. 그 책의 제목은 '아지즈 네신'의 "우리 아이들이 참 대단하다"(한국어판: 제이넵의 비밀편지)이다.

이 책은 '시의 독서박람회'에서 샀다. 친구가 나에게 이 책을 소개해주면서 이 책이 나를 많이 웃게 할 것이라고 했다.

이 책의 내용은 5학년 소년과 소녀가 서로에게 쓰는 편지들로 구성되어 있다. 편지의 내용은 둘의 가족, 학교와 주변 친구들에 대해 이야기하고 있다. 아이들의 편지이지만 책의 내용은 어른들에게도 해당한다. 스토리들이 아주 코믹하고 생동감 있으며 진실하다. 심지어 거기에서 어린 시절의 나 자신을 보기도 한다. 이 책은 아주 재미있고 읽을 만하다.

BÀI 11 SÁCH

OPIc Phần 2. Giới thiệu tác giả yêu thích và tác phẩm của tác giả đó

좋아하는 작가와 그 작가가 쓴 작품을 소개하기

Câu hỏi 실전 질문

Bạn thích tác giả sách nào nhất? Tác giả đó thường viết những loại sách nào? Vì sao bạn thích anh ấy / chị ấy?

Chuẩn bị 사전 준비

1. 브레인스토밍

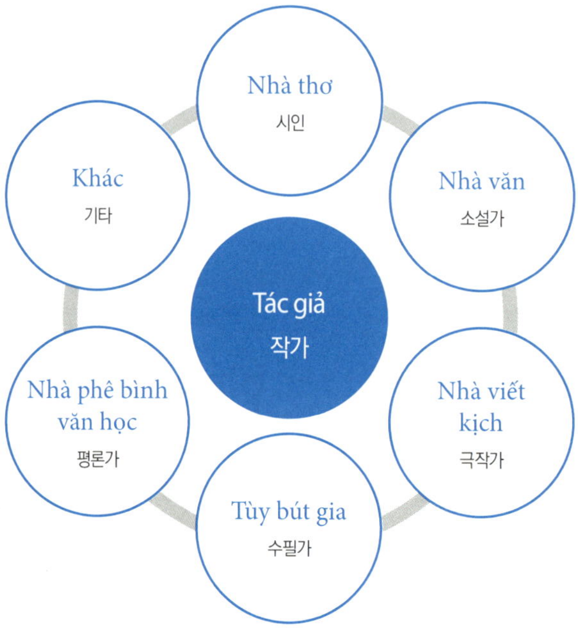

답안 구성

Giới thiệu tác giả yêu thích.
좋아하는 작가를 소개한다.

↓

Giới thiệu tác phẩm của tác giả đó viết.
작가가 쓴 작품을 소개한다.

↓

Nói về lí do yêu thích.
좋아하는 이유를 이야기한다.

2. 좋아하는 작가를 소개하기 위한 문장 연습

예시 문장들을 따라 읽어 보고 각자 상황에 맞춰 문장을 만들어보세요.

좋아하는 작가 소개	Tác giả sách mà tôi thích nhất là __________. ▶ Ông là __________ nổi tiếng người __________. ▶ Ông sinh năm __________ ▶
작가가 쓴 작품 소개	Ông viết rất nhiều tác phẩm ở __________. ▶ Ông viết cả __________. Trong các tác phẩm của ông, tôi thích nhất ____________________. ▶
좋아하는 이유	Tôi thích __________ vì thứ nhất, văn của ông rất __________. ▶ Thứ hai, mặc dù triết lí nhưng cách viết của ông __________ và __________. ▶ Thứ ba, đây cũng là tác giả mà __________ rất thích. ▶ Chính mẹ đã __________ cho tôi ____________________. ▶

Bài mẫu 예시 답안

[해석: 234쪽]

Tác giả sách mà tôi thích nhất là tác giả Oscar Wilde. Ông là một nhà văn nổi tiếng người Ireland. Ông sinh năm 1854.	Giới thiệu tác giả 좋아하는 작가 소개
Ông viết rất nhiều tác phẩm ở các thể loại rất đa dạng. Ông viết cả thơ, kịch và truyện. Trong các tác phẩm của ông, tôi thích nhất cuốn "Bức chân dung của Dorian Gray". Đó là cuốn tiểu thuyết duy nhất của ông được in thành sách.	Tác phẩm của tác giả đó 작가가 쓴 작품 소개
Tôi thích Oscar Wilde vì thứ nhất, văn của ông rất trí tuệ. Khi đọc các tác phẩm của ông, tôi tìm được nhiều triết lí hay về cuộc sống. Thứ hai, mặc dù triết lí nhưng cách viết của ông rất nhẹ nhàng và mềm mại, không khô cứng. Những triết lí về cuộc sống làm cho người đọc dễ dàng đồng cảm. Thứ ba, đây cũng là tác giả mà mẹ tôi rất thích. Chính mẹ đã truyền cảm hứng đọc sách của ông cho tôi. Tôi đã tặng một số bạn tôi sách của Oscar Wilde, và tất cả mọi người đều thích sách của ông.	Lí do yêu thích 좋아하는 이유

어휘			
tác giả 작가	nhà văn 문학가	tác phẩm 작품	đa dạng 다양한
thơ 시	kịch 극, 연극	truyện 소설, 이야기	bức chân dung 초상화
tiểu thuyết 소설	duy nhất 유일의	in 인쇄하다	thành ~이 되다
trí tuệ 지혜, 영리한	triết lí 철학	cách viết 작문 스타일, 글을 쓰는 방식	mềm mại 듣기에 좋은
khô cứng 딱딱한, 무미건조한	đồng cảm 동감하다	truyền cảm hứng 감명을 주다	tặng 주다, 선물하다

작품과 관련하여 더 알아 두면 유용한 단어		
uyên bác 박식하다	giàu cảm xúc 감성적이다	không giáo điều 교조주의적이지 않다
không lên gân 거창하게 말하지 않다	nuôi dưỡng tình yêu sách 책에 대한 사랑을 기르다	tạo thói quen đọc sách 독서 습관을 만들다

Luyện tập 실전 연습

자신의 이야기를 만들어보세요.

좋아하는 작가 소개	
작가가 쓴 작품 소개	
좋아하는 이유	

예시 답안 해석

내가 가장 좋아하는 작가는 오스카 와일드이다. 그는 유명한 아일랜드 작가로 1854년에 태어났다.

그는 다양한 장르의 많은 작품을 썼다. 시, 희극과 소설을 창작했다. 그의 작품 중에 내가 제일 좋아하는 작품은 '도리안 그레이의 초상 (The picture of Dorian Gray)'으로 유일하게 책으로 인쇄된 소설 작품이다.

오스카 와일드를 좋아하는 이유는 첫째, 그의 작품은 매우 지적이기 때문이다. 그의 작품들을 읽으며 나는 삶에 대한 많은 흥미로운 철학을 찾았다. 둘째, 그의 작문 스타일은 철학적임에도 불구하고 무미건조하지 않고 매우 부드럽고 온화하다. 독자들은 그의 삶에 대한 철학에 쉽게 공감하게 된다. 셋째, 그는 우리 어머니가 사랑하는 저자이다. 나에게 그의 책을 읽도록 영감을 준 사람이 바로 어머니였다. 내가 친구들에게 오스카 와일드의 책을 선물할 때마다 모두가 그의 책을 좋아한다.

BÀI 11 SÁCH

OPIc Phần 3. Lựa chọn quan điểm thích đọc sách giấy hay sách điện tử và lí do lựa chọn
종이책 혹은 전자책에 대한 관점을 선택하고 이유를 설명하기

Câu hỏi 실전 질문

Bạn nói trong bản khảo sát là bạn thích đọc sách. Bạn thích đọc sách giấy hơn hay sách điện tử hơn? Cho tôi biết quan điểm của bạn và vì sao bạn lại nghĩ như vậy.

Chuẩn bị 사전 준비

1. 브레인스토밍

답안 구성

Lựa chọn quan điểm thích đọc sách giấy hay sách điện tử.
종이책 혹은 전자책으로 읽는 것을 좋아하는지 관점을 선택한다.

↓

Giải thích lí do lựa chọn.
선택한 이유를 설명한다.

↓

Khẳng định lại quan điểm.
자신의 관점을 다시 강조하며 이야기한다.

2. 자신의 관점을 설명하기 위한 문장 연습

예시 문장들을 따라 읽어 보고 각자 상황에 맞춰 문장을 만들어보세요.

종이책 혹은 전자책에 대한 관점 선택하기	Tôi thích ____________ hơn ____________. ▶ Mua sách giấy ____________ hơn so với mua sách điện tử. ▶
선택한 이유	Tôi thích ____________ vì một số lí do. ▶ Thứ nhất, ________________________. Thứ hai, ________________________. Thứ ba, ________________________. Cuối cùng, ________________________. ▶ ▶ ▶ ▶ Tôi rất trân trọng ________________________. ▶
관점 재강조하기	Tôi nghĩ ____________ là ____________ và ____________. ▶

Bài mẫu 예시 답안

[해석: 240쪽]

Tôi thích đọc sách giấy hơn sách điện tử. Càng hiện đại, con người càng ngại đọc sách giấy. Vì thế, nhiều người nói tôi lạc hậu. Sách giấy tốn chi phí mua và tốn diện tích bảo quản hơn. Mua sách giấy cũng mất thời gian hơn so với mua sách điện tử.	Lựa chọn quan điểm 관점 선택하기
Tuy nhiên, tôi vẫn thích sách giấy vì một số lí do. Thứ nhất, sách giấy không làm hại mắt người đọc như sách điện tử. Thứ hai, tôi thích ngửi mùi thơm của trang giấy và nghe tiếng sột soạt của tờ giấy khi mở sách. Thứ ba, tôi thích dùng bút để đánh dấu những chỗ tôi thích trong sách. Cuối cùng, tôi nghĩ mỗi cuốn sách là một người bạn. Tôi rất trân trọng những người bạn ấy.	Lí do lựa chọn 선택한 이유
Tôi nghĩ sách giấy vẫn là tuyệt vời nhất và không gì có thể thay thế được.	Khẳng định lại quan điểm 관점 재강조하기

어휘			
sách điện tử 전자책	hiện đại 현대, 현대의	ngại 꺼리다	lạc hậu 낙후된
tốn chi phí 비용이 들다	tốn diện tích 면적을 차지하다	bảo quản 보관하다	so với ~와 비교하여
hại mắt 눈에 해롭다	ngửi 냄새를 맡다	mùi thơm 향기	trang giấy 페이지
tiếng sột soạt 사각사각하는 소리	đánh dấu 표시하다	trân trọng 정중하게	thay thế 대신하다

도서 구매와 관련하여 더 알아 두면 유용한 단어			
rẻ 저렴한, 싼	đắt 비싼	miễn phí 무료의	kích cỡ / quy cách 규격
vừa vặn 맞다, 어울리다	chứa 담고 있다	lưu giữ 유지하다	gần gũi 친근한

Luyện tập 실전 연습

자신의 이야기를 만들어보세요.

종이책 혹은 전자책에 대한 관점 선택하기	
선택한 이유	
관점 재강조하기	

예시 답안 해석

나는 전자책보다 종이책 읽는 것을 더 좋아한다. 사회가 현대화될수록 많은 사람이 종이책 읽는 것을 꺼리고 있다. 그래서 많은 사람은 내가 구식이라고 말한다. 종이책은 구매 비용이 많이 들고, 저장 공간도 많이 필요하다. 종이책을 사는 것도 전자책을 사는 것보다 시간이 오래 걸린다.

그러나 나는 몇 가지 이유로 여전히 종이책을 좋아한다. 첫째, 종이책은 전자책처럼 독자의 눈을 해치지 않는다. 둘째, 책을 열 때 풍기는 종이의 향기를 맡으며 종이의 사각사각 소리가 듣는 것을 좋아한다. 셋째, 펜을 사용하여 책에다 좋아하는 위치를 표시하는 것도 좋아한다. 마지막으로, 나는 모든 책이 친구라고 생각한다. 나는 그 친구들을 소중하게 아낀다.

나에게는 종이책이 여전히 최고라고 생각되며 어떠한 것으로도 대체할 수 없다.

12
DU LỊCH

OPIc

Phần 1. Giới thiệu và miêu tả địa điểm du lịch từng đi
> 여행했던 관광지를 소개하고 그곳에 대해 묘사하기

Phần 2. Giới thiệu địa điểm du lịch tại Hàn Quốc, khung cảnh và đặc trưng của nơi đó
> 한국의 관광지를 소개하고 경치 및 특징을 설명하기

Phần 3. Giới thiệu về một chuyến du lịch và trải nghiệm đáng nhớ
> 기억에 남는 여행지를 소개하고 경험을 이야기하기

BÀI 12 DU LỊCH

OPIc Phần 1. Giới thiệu và miêu tả địa điểm du lịch từng đi
여행했던 관광지를 소개하고 그곳에 대해 묘사하기

Câu hỏi 실전 질문

Bạn nói trong bản khảo sát là bạn thích đi du lịch. Bạn hãy nói cho tôi biết về một nơi mà bạn đã từng đi. Nơi đó như thế nào?

Chuẩn bị 사전 준비

1. 브레인스토밍

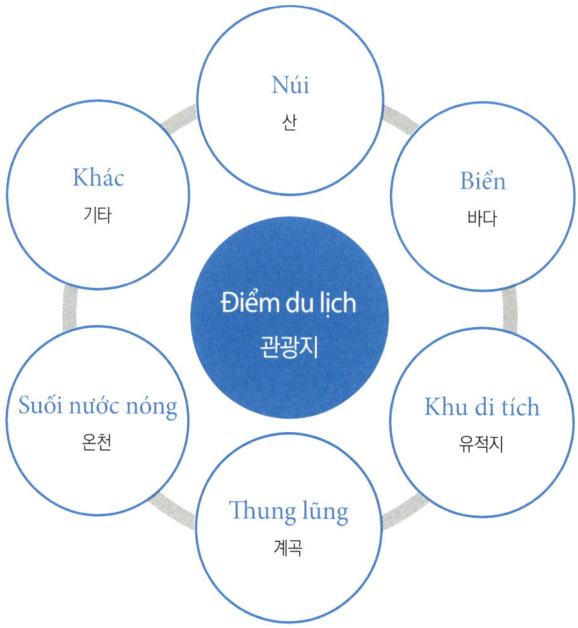

답안 구성

Giới thiệu địa điểm du lịch từng đi.
여행 갔던 관광지를 소개한다.

↓

Miêu tả địa điểm đó.
그곳을 묘사한다.

↓

Cảm nghĩ về địa điểm đó.
관광지에 대한 느낌을 이야기한다.

2. 관광지를 소개하기 위한 문장 연습

예시 문장들을 따라 읽어 보고 각자 상황에 맞춰 문장을 만들어보세요.

관광지 소개	__________, tôi đã đi du lịch __________. ▶ __________ nằm ở __________ Việt Nam. ▶
관광지 묘사	Nước biển xanh như ________________. ▶ Tắm biển ở __________ rất dễ vì __________________. ▶ Bãi cát rất ________________. ▶ Ở đó có nhiều điểm du lịch thú vị, như: ________________. ▶
관광지에 대한 느낌	Đây là ________________ nhất của tôi ở đó. ▶ Nếu có thời gian, chắc chắn tôi sẽ quay lại __________ một lần nữa. ▶

Bài mẫu 예시 답안

[해석: 248쪽]

Năm ngoái, tôi đã đi du lịch Nha Trang. Nha Trang là một thành phố biển nằm ở miền Trung Việt Nam.	Giới thiệu địa điểm du lịch 관광지 소개
Biển Nha Trang rất đẹp. Nước biển xanh như màu ngọc bích. Tắm biển ở Nha Trang rất thích vì sóng biển không mạnh. Bãi cát rất trắng và mịn. Ở Nha Trang có nhiều điểm du lịch thú vị, như Hòn Tằm, Hòn Tre, khu du lịch Vinpearl,... Tôi đã đi lặn ở Hòn Tằm và nhìn thấy một khung cảnh đẹp tuyệt vời. Nước biển rất trong. Tôi có thể nhìn thấy rất nhiều san hô và cá đủ màu sắc dưới biển. Tôi có thể chạm vào san hô và chụp ảnh với cá. Lặn biển rất hấp dẫn, chi phí cũng không đắt.	Miêu tả địa điểm đó 관광지 묘사
Đây là trải nghiệm tuyệt vời nhất của tôi ở Nha Trang. Nếu có thời gian, chắc chắn tôi sẽ quay lại Nha Trang một lần nữa.	Cảm nghĩ về địa điểm đó 관광지에 대한 느낌

어휘			
miền Trung 중부(지역)	ngọc bích 비취, 에메랄드	tắm biển 해수욕하다	sóng biển 파도
bãi cát 모래사장	mịn 섬세한, 부드러운	điểm du lịch 관광지	khu du lịch 관광 구역
đi lặn 스노클링 하러 가다	khung cảnh 배경	trong 맑다, ~안에	san hô 산호
màu sắc 색깔, 특색	chạm 새기다, 조각하다	lặn biển 스노클링	trải nghiệm 경험, 체험하다

관광지와 관련하여 더 알아 두면 유용한 단어			
trời xanh 푸른 하늘	mây trắng 흰 구름	nắng đẹp 화창한	mặt trời mọc 일출
mặt trời lặn 일몰	đẹp như tranh vẽ 그림같이 아름다운	đẹp nín thở 숨이 막힐 정도로 아름다운	

Luyện tập 실전 연습

자신의 이야기를 만들어보세요.

관광지 소개	
관광지 묘사	
관광지에 대한 느낌	

예시 답안 해석

작년에 나는 냐짱으로 여행을 갔다. 냐짱은 베트남 중부에 있는 해안 도시이다.

냐짱 바다는 매우 아름답다. 바닷물은 에메랄드 색깔처럼 푸르다. 파도가 세지 않아서 냐짱은 해수욕을 하기에 좋다. 모래사장의 모래는 매우 하얗고 곱다. 냐짱에는 혼땀, 혼째, 빈펄 관광단지 등 재미있는 관광 명소가 많이 있다. 나는 혼땀에서 스노클링을 했고 멋진 경치를 보았다. 혼땀의 바닷물은 매우 깨끗하다. 바닷속의 화려한 색깔의 산호들과 물고기를 많이 볼 수 있었다. 나는 산호를 만지고 물고기와 같이 사진을 찍을 수 있었다. 스노클링은 매우 매력적이며 비용도 비싸지 않다. 이것들은 내가 냐짱에서 즐긴 최고의 경험이었다.

시간이 생기면 꼭 다시 냐짱에 갈 것이다.

BÀI 12 DU LỊCH

OPIc Phần 2. Giới thiệu địa điểm du lịch tại Hàn Quốc, khung cảnh và đặc trưng của nơi đó

한국의 관광지를 소개하고 경치 및 특징을 설명하기

Câu hỏi 실전 질문

Nếu được chọn một điểm du lịch tại Hàn Quốc để giới thiệu với bạn bè nước ngoài, bạn sẽ chọn điểm nào? Hãy cho tôi biết chi tiết điểm du lịch đó ở đâu? Điểm du lịch đó như thế nào và có gì đặc biệt so với các điểm du lịch khác?

Chuẩn bị 사전 준비

1. 브레인스토밍

답안 구성

Giới thiệu tên và địa điểm du lịch.
관광지의 이름과 위치를 소개한다.

↓

Giới thiệu khung cảnh và các đặc điểm.
경치 및 특징을 설명한다.

↓

Giải thích về lí do lựa chọn nơi đó.
그곳을 선택한 이유를 설명한다.

2. 한국의 관광지를 소개하기 위한 문장 연습

예시 문장들을 따라 읽어 보고 각자 상황에 맞춰 문장을 만들어보세요.

관광지 이름과 위치	Nếu được chọn một điểm du lịch tại Hàn Quốc để giới thiệu với bạn bè nước ngoài, tôi sẽ chọn ______. ▶ Đây là một ______ nằm ở ______. ▶
경치 및 특징	Bukcheon được coi là ______. ▶ Bên trong ngôi làng, có ______. ▶ Du khách có thể có thể đi dạo ______, ngắm ______. ▶
선택한 이유	Ở Bukcheon Hannok không chỉ có ______ mà còn có ______. ▶ Ngôi làng giống như ______, vừa ______ vừa ______. ▶

Bài mẫu 예시 답안

[해석: 254쪽]

Nếu được chọn một điểm du lịch tại Hàn Quốc để giới thiệu với bạn bè nước ngoài, tôi sẽ chọn làng cổ Bukcheon Hannok. Đây là một khu làng cổ nằm ở quận Jongno, thành phố Seoul. Làng cổ Bukcheon Hannok nằm giữa hai cung điện Gyeongbokgung và Changdeokgung.	Tên và địa điểm 이름과 위치
Bukcheon được coi là ngôi làng cổ nhất Seoul. Ngôi làng đã có hơn 600 năm tuổi. Bên trong ngôi làng, có khoảng 1.000 căn nhà cổ rất đẹp. Du khách có thể đi dạo trong những ngõ hẹp, ngắm nét đẹp của những kiến trúc cổ xưa. Ngoài ra, du khách còn có thể thưởng thức trà hoặc mua đồ thủ công mĩ nghệ Hàn Quốc.	Khung cảnh và các đặc điểm 경치 및 특징
Ở Bukcheon Hannok không chỉ có cảnh đẹp mà còn có không gian văn hoá lịch sử điển hình của Hàn Quốc. Ngôi làng giống như Hàn Quốc thu nhỏ, vừa đẹp vừa truyền thống. Tôi thường đưa bạn bè nước ngoài đến đây, và các bạn tôi đều rất thích ngôi làng này.	Lí do lựa chọn 선택한 이유

어휘			
làng cổ 한옥마을	quận (행정단위)군, 구	cung điện 궁, 궁전	căn nhà 집
du khách 여행객	nét đẹp 아름다움	kiến trúc 건축(물), 건설하다	cổ xưa 옛날의, 예스럽다
thưởng thức 즐기다, 감상하다	đồ thủ công mĩ nghệ 수공예품	cảnh 장면, 풍경	không gian 공간
điển hình 전형적인	thu nhỏ 줄이다	truyền thống 전통	ngôi làng 마을

관광지와 관련하여 더 알아 두면 유용한 단어		
công trình kiến trúc 건축물	sự cổ kính 고풍스러움	nét văn hoá đặc sắc 고유한 문화 특색
đẹp mắt 아름다움	như tranh vẽ 그림과 같은	đưa (ai) đến (địa điểm) 누구를 어디에 데리고 가다

Luyện tập 실전 연습

자신의 이야기를 만들어보세요.

관광지 이름과 위치	
경치 및 특징	
선택한 이유	

예시 답안 해석

한국의 관광지를 선택하여 외국인 친구들에게 소개하게 된다면 나는 북촌 한옥 마을을 선택할 것이다. 이곳은 서울시 종로구에 있는 오래된 마을이다. 북촌 한옥 마을은 경복궁과 창덕궁 중간에 위치한다.

북촌은 서울의 가장 오래된 마을 중 하나로 알려져 있다. 마을은 600년이 넘었다. 마을 안에는 매우 아름다운 고옥들이 약 1,000채 있다. 관광객들은 좁은 골목길을 걸어가며 예스러운 건축물의 멋을 감상할 수 있다. 그 외에 차를 즐기거나 한국의 수공예품을 구매할 수 있다.

북촌 한옥 마을은 아름다운 경치뿐만 아니라 한국의 전형적인 문화 공간 및 역사 공간을 갖고 있다. 북촌 마을은 한국의 축소판과 같으면서 아름답고 전통적이다. 내가 종종 외국 친구들을 이곳에 데리고 오면 내 친구들은 모두 이 마을을 좋아한다.

BÀI 12 DU LỊCH

OPIc Phần 3. Giới thiệu về một chuyến du lịch và trải nghiệm đáng nhớ
기억에 남는 여행지를 소개하고 경험을 이야기하기

Câu hỏi 실전 질문

Bạn nói trong bản khảo sát là bạn thường đi công tác xa. Hãy nói cho tôi nghe về một chuyến đi đáng nhớ của bạn. Điều gì đã làm cho chuyến đi đó trở nên đáng nhớ?

Chuẩn bị 사전 준비

1. 브레인스토밍

답안 구성

Nói về thời gian, địa điểm và mục đích chuyến du lịch.
여행의 시간, 장소, 목적을 이야기한다.

↓

Nói về trải nghiệm đáng nhớ.
기억에 남는 경험을 이야기한다.

↓

Nói về cảm xúc của bản thân.
본인의 느낌을 이야기한다.

2. 기억에 남는 여행을 소개하기 위한 문장 연습

예시 문장들을 따라 읽어 보고 각자 상황에 맞춰 문장을 만들어보세요.

여행의 시간, 장소, 목적	＿＿＿＿, tôi đã đi ＿＿＿＿ ở ＿＿＿＿. ▶ Tôi dự ＿＿＿＿ trong ＿＿＿＿. ▶
기억에 남는 경험	＿＿＿＿ đưa chúng tôi đi tham quan ＿＿＿＿. ▶ ＿＿＿＿ đã gợi ý cho tôi ＿＿＿＿. ▶ Lần đầu tiên tôi được nhìn thấy tận mắt ＿＿＿＿. ▶
본인의 느낌	Khi trở về ＿＿＿＿, tôi đã kể ＿＿＿＿. ▶ Tôi rất thích ＿＿＿＿. ▶

Bài mẫu 예시 답안

[해석: 260쪽]

Đầu năm nay, tôi đã đi dự hội thảo ở Thành Đô, Trung Quốc. Tôi dự hội thảo trong 2 ngày.	Thời gian, địa điểm, mục đích 시간, 장소, 목적
Ngày thứ 3, ban tổ chức hội thảo đưa chúng tôi đi tham quan thành phố. Nhưng buổi sáng hôm đó, tôi bị đau bụng nên xuống sảnh khách sạn muộn. Khi tôi xuống sảnh, thì xe của ban tổ chức đã đi rồi. Tôi rất thất vọng, nhưng nhân viên khách sạn đã gợi ý cho tôi một kế hoạch khác. Tôi gọi xe taxi và đến khu Bảo tồn gấu trúc của thành phố. Đây là một quyết định rất tuyệt vời. Lần đầu tiên tôi được nhìn thấy tận mắt những con gấu trúc mũm mĩm, đáng yêu. Chúng ăn liên tục. Thức ăn của chúng là lá trúc. Vì thế chúng được gọi là gấu trúc.	Trải nghiệm đáng nhớ 기억에 남는 경험
Khi trở về khách sạn, tôi đã kể cho các đồng nghiệp nghe và họ cảm thấy rất tiếc vì không được xem gấu trúc. Tôi rất thích chuyến đi này.	Cảm xúc của bản thân 본인의 느낌

어휘			
đi dự 참여하다	ban tổ chức 주최 측	tham quan 관광하다, 참관하다	sảnh khách sạn 호텔 로비
thất vọng 낙담한, 실망한	kế hoạch 계획, 설계	khu bảo tồn 보호구역	gấu trúc 판다
quyết định 결심하다, 결정하다	tận mắt 직접 눈으로	mũm mỉm 포동포동한	đáng yêu 사랑받을 만한
lá trúc 대나무 잎	liên tục 연속적인, 끊임없는	tiếc 후회하다, 아쉬워하다	chuyến đi 여정, 가는 편

여행지와 관련하여 더 알아 두면 유용한 어휘			
sở thú 동물원	vườn thực vật 식물원	thuỷ cung 수족관	bảo tàng 박물관
nhà triển lãm mĩ thuật 미술관	nhà thờ 성당	chùa 절	làng truyền thống 민속 마을

Luyện tập 실전 연습

자신의 이야기를 만들어보세요.

여행의 시간, 장소, 목적	
기억에 남는 경험	
본인의 느낌	

예시 답안 해석

올해 초에 나는 중국 청도에서 열린 세미나에 참석했다.

처음 이틀 동안은 세미나에 참석했고, 셋째 날엔 세미나 주최 측이 우리를 데리고 시내 구경을 시켜주었다. 그런데 나는 그날 아침에 배가 아파서 호텔 로비에 늦게 내려갔다. 내가 로비에 도착했을 때 주최 측의 차는 이미 떠났다. 나는 매우 실망했지만, 호텔 직원이 나에게 다른 계획을 추천해주었다. 나는 택시를 불러 도시의 '판다 보호 지역'에 갔다. 이것은 훌륭한 결정이었다. 태어나서 처음으로 통통하고 사랑스러운 판다들을 눈으로 직접 보았다. 판다들은 계속 먹는다. 판다의 음식은 대나무 잎이다. 그래서 그들은 죽(竹)곰이라고 불린다. 호텔로 돌아왔을 때 동료들에게 나의 경험을 이야기했고 그들은 판다를 보지 못해서 아쉽다고 말했다.

나는 이번 여행이 정말로 좋았다.

13

NGHỈ LỄ

OPIc

Phần 1. Giới thiệu về kì nghỉ lễ ở Hàn Quốc và các hoạt động trong ngày đó

▸ 한국 명절과 명절에 하는 활동을 소개하기

Phần 2. Giải thích về cách thức và sự khác biệt của ngày lễ xưa và nay

▸ 현재와 과거의 명절을 지내는 방식과 차이점을 설명하기

Phần 3. Giới thiệu ngày nghỉ lễ đáng nhớ và sự kiện xảy ra vào ngày đó

▸ 기억에 남는 명절을 소개하고 그날 있었던 일을 설명하기

BÀI 13 NGHỈ LỄ

OPIc

Phần 1. Giới thiệu về kì nghỉ lễ ở Hàn Quốc và các hoạt động trong ngày đó
한국 명절과 명절에 하는 활동을 소개하기

Câu hỏi 실전 질문

Bạn hãy nói cho tôi nghe về một kì nghỉ lễ lớn nhất trong năm của đất nước bạn. Trong ngày đó, mọi người sẽ làm gì? Còn bạn thường làm gì?

Chuẩn bị 사전 준비

1. 브레인스토밍

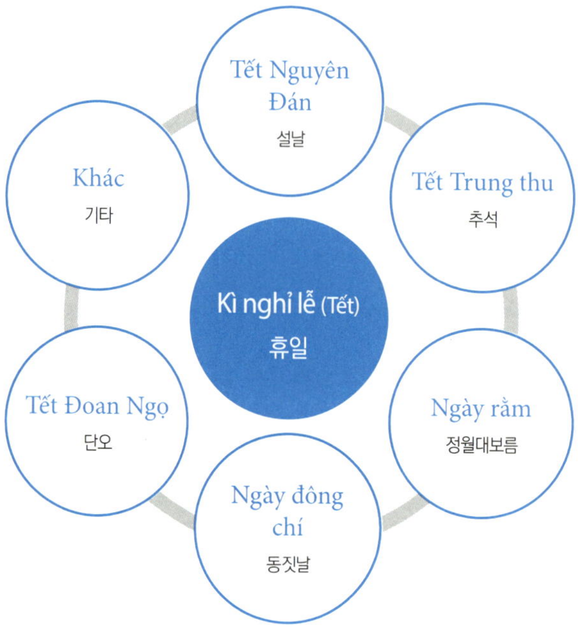

답안 구성

Giới thiệu về một kì nghỉ lễ ở Hàn Quốc.
한국의 명절 중 하나를 소개한다.

↓

Nói về những việc thường làm trong ngày đó.
명절에 하는 일을 이야기한다.

↓

Nói về những việc bản thân thường làm trong ngày đó.
그 날에 자신이 하는 일을 이야기한다.

2. 명절을 소개하기 위한 문장 연습

예시 문장들을 따라 읽어 보고 각자 상황에 맞춰 문장을 만들어보세요.

<table>
<tr><td>명절 소개</td><td>Kì nghỉ lễ lớn nhất trong năm của nước tôi là ________.
▶</td></tr>
<tr><td rowspan="6">명절에 하는 일</td><td>________ diễn ra vào ngày ________.
▶
________ là một ngày lễ mừng mùa màng bội thu, và ________.
▶</td></tr>
<tr><td>Trong 3 ngày nghỉ lễ, mọi người thường ________.
▶</td></tr>
<tr><td>Cả gia đình sẽ cùng nhau ________.
▶</td></tr>
<tr><td>Trẻ em thì ________.
▶</td></tr>
<tr><td>người lớn thì ________.
▶</td></tr>
<tr><td></td></tr>
<tr><td rowspan="2">내가 하는 일</td><td>Tôi cũng thường ________.
▶</td></tr>
<tr><td>Tôi cùng bố mẹ chuẩn bị ________ và ________.
▶</td></tr>
</table>

Bài mẫu 예시 답안

[해석: 268쪽]

Một trong những kì nghỉ lễ lớn nhất trong năm của nước tôi là Tết trung thu (Chuseok).

Chuseok diễn ra vào ngày 15 tháng 8 âm lịch. Chuseok là một ngày lễ mừng mùa màng bội thu và là ngày đoàn tụ gia đình. Trong 3 ngày nghỉ lễ, mọi người thường về quê để gặp họ hàng. Cả gia đình sẽ cùng nhau cúng lễ và ăn các loại bánh tự làm như bánh bột gạo nhân đậu (songpyeon), canh khoai sọ (toranguk), uống rượu bạch tửu (baekju)... Nhiều phụ nữ và trẻ em mặc áo Hanbok. Trẻ em rất thích chơi các trò chơi dân gian. Người lớn thì thường ngồi nói chuyện, hỏi thăm nhau. Một số người đi tảo mộ để thể hiện lòng biết ơn với tổ tiên.

Tôi cũng thường về quê với gia đình. Tôi cùng bố mẹ chuẩn bị các món ăn cho ngày Chuseok và nói chuyện vui vẻ với cả gia đình.

Giới thiệu kì nghỉ lễ
명절 소개

Việc thường làm trong ngày đó
명절에 하는 일

Việc bản thân thường làm gì
내가 하는 일

어휘			
kì nghỉ lễ 명절, 휴일	diễn ra 발생하다, 일어나다	âm lịch 음력	lễ mừng 축하(하는)
mùa màng 수확	bội thu 풍작	đoàn tụ 모이다	họ hàng 친척
cúng lễ 제사 지내다	cùng nhau 함께	bánh bột gạo nhân đậu 송편	canh khoai sọ 토란국
rượu bạch tửu 백주(白酒)	trò chơi dân gian 민속놀이	hỏi thăm 안부를 묻다	tảo mộ 벌초, 성묘하다
thể hiện 실현하다, 표현하다	lòng biết ơn 감사하게 여기는 마음	tổ tiên 선조, 조상	chuẩn bị 준비하다

명절과 관련하여 더 알아 두면 유용한 단어	
trò chơi dân gian 전통 놀이	tảo mộ 성묘하다
cúng lễ 제사를 지내다	chuẩn bị thức ăn trên bàn thờ 제사상에 올릴 음식을 준비하다
áo truyền thống 전통 의복	món ăn truyền thống 전통 음식

Luyện tập 실전 연습

자신의 이야기를 만들어보세요.

명절 소개	
명절에 하는 일	
내가 하는 일	

예시 답안 해석

추석은 우리나라의 가장 큰 명절 중 하나이다.

추석은 음력 8월 15일에 쉰다. 추석은 풍년을 축하하며 온 가족이 모이는 날이다. 명절 3일 동안 사람들은 보통 고향으로 가서 친척들을 만나 뵙는다. 온 가족이 함께 제사를 올리고 직접 만든 송편, 토란국을 먹고 백주를 마신다. 많은 여성과 어린이들은 한복을 입는다. 아이들은 민속놀이를 좋아한다. 어른들은 보통 둘러앉아서 이야기하고 서로의 안부를 물어본다. 어떤 사람들은 조상에게 감사를 표하기 위해 성묘를 하러 간다.

나도 가족과 함께 고향에 자주 간다. 부모님과 함께 추석 요리를 준비하고 온 가족이 모여 오손도손 이야기한다.

BÀI 13 NGHỈ LỄ

OPIc Phần 2. Giải thích về cách thức và sự khác biệt của ngày lễ xưa và nay

현재와 과거의 명절을 지내는 방식과 차이점을 설명하기

Câu hỏi 실전 질문

Ở đất nước của bạn, việc tổ chức kỉ niệm ngày lễ có gì khác biệt giữa thời xưa và thời nay không? Thời xưa, mọi người thường làm gì? Và bây giờ đã có gì thay đổi? Hãy cho tôi biết chi tiết về sự khác biệt ấy.

Chuẩn bị 사전 준비

1. 브레인스토밍

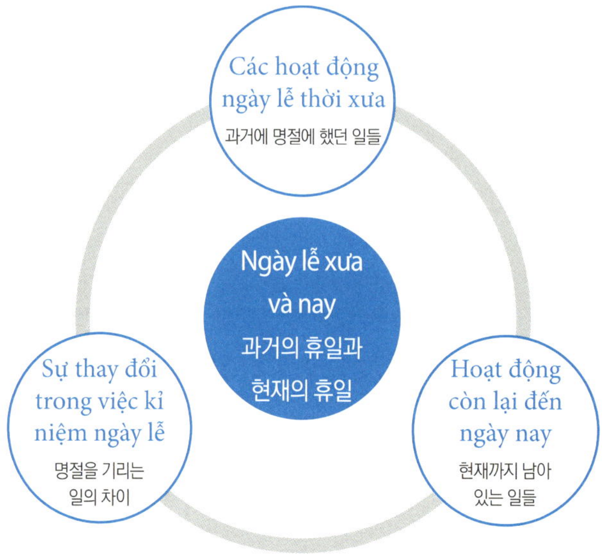

답안 구성

Giải thích về cách thức kỉ niệm ngày lễ thời xưa.
과거에 명절을 지내던 방식을 설명한다.

↓

Giải thích về cách thức kỉ niệm ngày lễ hiện nay.
현재 명절을 지내는 방식을 설명한다.

↓

Nói về sự khác biệt giữa xưa và nay.
과거와 현재의 차이점을 이야기한다.

2. 과거와 현재의 명절을 설명하기 위한 문장 연습

예시 문장들을 따라 읽어 보고 각자 상황에 맞춰 문장을 만들어보세요.

과거에 명절을 지내는 방식	Ngày xưa, các ngày lễ truyền thống thường được tổ chức ______. ▶ Các ngày lễ truyền thống như ______ là những ______. ▶ Cả gia đình cùng nhau thưởng thức ______. ▶
현재에 명절을 지내는 방식	Việc làm đồ ăn trở nên ______. ▶ Thậm chí, một số gia đình ______. ▶ Một số gia đình kỉ niệm ngày lễ bằng cách ______. ▶
과거와 현재의 차이점	Ngày nay, việc kỉ niệm ngày lễ ______ và ______ hơn ngày xưa. ▶

Bài mẫu 예시 답안

[해석: 274쪽]

Ngày xưa, các ngày lễ truyền thống thường được tổ chức tại nhà. Các ngày lễ truyền thống như Chuseok (Tết trung thu), Seollal (Tết âm lịch)... là những ngày đoàn tụ gia đình. Mọi người thường về quê và gặp gỡ họ hàng. Phụ nữ sẽ làm rất nhiều đồ ăn và cả gia đình cùng nhau thưởng thức.

Cách thức kỉ niệm ngày lễ thời xưa
과거에 명절을 지내는 방식

Ngày nay, nhiều người vẫn tổ chức kỉ niệm ngày lễ tại nhà. Nhưng việc làm đồ ăn trở nên đơn giản hơn. Nhiều gia đình mua đồ ăn sẵn. Thậm chí một số gia đình còn đi ăn ở ngoài cửa hàng. Vì thế, chuẩn bị ngày lễ đỡ phức tạp hơn. Một số gia đình thì kỉ niệm ngày lễ bằng cách đi du lịch trong nước hoặc ngoài nước.

Cách thức kỉ niệm ngày lễ hiện nay
현재에 명절을 지내는 방식

Ngày nay, việc kỉ niệm ngày lễ đơn giản và hiện đại hơn ngày xưa rất nhiều.

Sự khác biệt giữa xưa và nay
과거와 현재의 차이점

어휘			
đoàn tụ 모이다	gặp gỡ 만나다	đồ ăn 음식	thưởng thức 즐기다, 감상하다
trở nên ~이 되다	đơn giản 간단한, 간소한	đồ ăn sẵn 준비된 음식	cửa hàng 가게, 상점
đỡ 덜다	phức tạp 복잡한	bằng cách ~에 의한	hiện đại 현대의, 현대적인

명절의 차이점 설명과 관련하여 더 알아 두면 유용한 단어			
Ngày xưa 과거	nhiều phong tục truyền thống 많은 전통 풍습	nhiều nghi lễ 많은 의식	nhiều quy định phức tạp 많고 복잡한 규정
Bây giờ 현재	phong tục truyền thống đơn giản hơn 간단해진 전통 풍습	ít nghi lễ 적은 의식	các quy định thoải mái hơn 더 편해진 규정

Luyện tập 실전 연습

자신의 이야기를 만들어보세요.

과거에 명절을 지내는 방식	
현재에 명절을 지내는 방식	
과거와 현재의 차이점	

예시 답안 해석

옛날에는 전통 명절이 보통 집에서 진행되었다. 추석, 설날과 같은 전통적인 명절은 가족이 모이는 날이었다. 사람들은 보통 고향으로 가서 친척을 만나 뵈었다. 여성들은 많은 음식을 요리하고 온 가족이 함께 즐겼다.

오늘날 많은 사람들은 여전히 집에서 명절을 보낸다. 그러나 음식을 만드는 것이 더 간단해졌다. 많은 가족들이 준비된 음식을 사기도 한다. 심지어 어떤 가족들은 식당에서 외식을 하기도 한다. 따라서 명절 준비가 예전보다 덜 복잡해졌다. 일부 가족은 국내 또는 해외여행으로 명절을 보낸다.

오늘날 명절을 보내는 방법은 옛날보다 더 소박하고 현대적이다.

BÀI 13 NGHỈ LỄ

OPIc Phần 3. Giới thiệu ngày nghỉ lễ đáng nhớ và sự kiện xảy ra vào ngày đó

기억에 남는 명절을 소개하고
그날 있었던 일을 설명하기

Câu hỏi 실전 질문

Bạn có kỉ niệm nào đáng nhớ trong ngày nghỉ lễ không? Nếu có, hãy nói cho tôi biết về kỉ niệm đó. Đó là vào kì nghỉ lễ nào? Chuyện gì đã xảy ra và xảy ra ở đâu, xảy ra như thế nào? Vì sao kỉ niệm đó lại đáng nhớ?

Chuẩn bị 사전 준비

1. 브레인스토밍

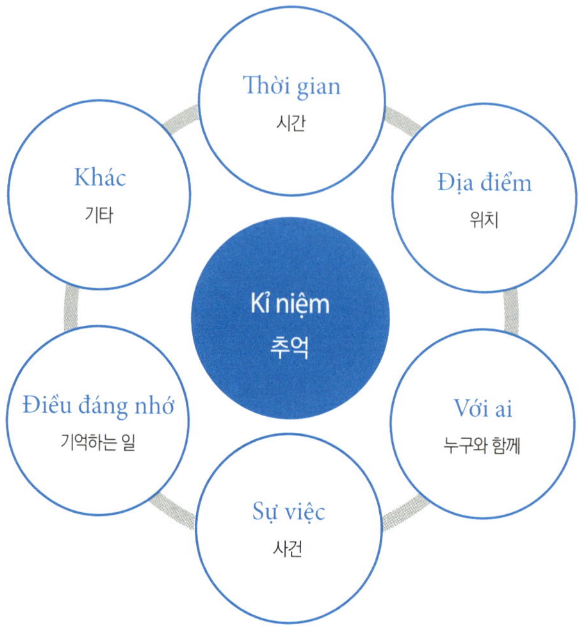

답안 구성

Giới thiệu một ngày nghỉ lễ đáng nhớ.
기억에 남는 명절을 소개한다.

↓

Nói về sự việc đã xảy ra.
발생한 사건을 이야기한다.

↓

Giải thích điều khiến sự việc đó đáng nhớ.
기억에 남는 일을 설명할 수 있다.

2. 기억에 남는 일화를 이야기하기 위한 문장 연습

예시 문장들을 따라 읽어 보고 각자 상황에 맞춰 문장을 만들어보세요.

기억에 남는 명절	Khi tôi ____________, tôi có một kỉ niệm rất đáng nhớ vào ____________. ▶ Lần đầu tiên, tôi được đến ____________. ▶
발생한 일	Chúng tôi bắt đầu đi ____________. ▶ Cuối cùng, tôi ____________ đến ____________. ▶ Ở đó có ____________ và ____________. ▶
기억에 남는 일	Điều đáng nhớ nhất là chúng tôi được ____________. ▶ Từ đó, tôi đã nhìn thấy rất nhiều nhà cao tầng, ____________. ▶ Đó là kỉ niệm tôi ____________. ▶

Bài mẫu 예시 답안

[해석: 280쪽]

Khi tôi 6 tuổi, tôi có một kỉ niệm rất đáng nhớ vào ngày nghỉ tết Nguyên đán. Năm đó, sau khi về quê thăm ông bà, bố mẹ cho tôi đi chơi. Lần đầu tiên, tôi được đến tháp Namsan, Seoul và đó là tháp cao nhất ở thủ đô.

Ngày nghỉ lễ đáng nhớ
기억에 남는 명절

Chúng tôi bắt đầu đi lúc 4 giờ chiều. Từ chỗ đỗ xe ô tô đến chân tháp khoảng 300 mét. Đường rất dốc. Tôi đi bộ một lúc thì cảm thấy mệt. Nhưng khi nhìn thấy tháp Namsan to lớn, tôi lại cố gắng đi tiếp. Cuối cùng, tôi cũng đến chân tháp. Ở đó có bảo tàng gấu Teddy và rất nhiều khoá tình yêu. Sau đó, gia đình tôi ăn tối ở nhà hàng dưới chân tháp.

Sự việc đã xảy ra
발생한 일

Điều đáng nhớ nhất là chúng tôi được đi lên tầng cao nhất của tháp. Tôi rất sung sướng. Từ đó, tôi đã nhìn thấy rất nhiều nhà cao tầng, rất nhiều con đường trong ánh sáng đèn. Thủ đô Seoul đẹp quá. Đó là kỉ niệm tôi nhớ mãi đến bây giờ.

Điều đáng nhớ nhất
기억에 남는 일

어휘			
tết nguyên đán 설날(구정)	tháp 탑, 타워, 전망대	thủ đô 수도	chỗ đỗ xe ô tô 주차장
chân tháp 타워 기슭(입구)	dốc 경사진, 기울다	bảo tàng 박물관	gấu 곰
khoá 열쇠, 채우다	tầng cao 고층	sung sướng 기쁜, 행복한	nhìn thấy 보다
nhà cao tầng 고층 건물	ánh sáng 빛	đèn 램프, 등불, 가로등	mãi 계속, 오래도록

휴일, 휴가와 관련하여 더 알아 두면 유용한 단어			
cẩm nang du lịch 관광 안내 책자	đồ lưu niệm 기념품	khách du lịch 여행객	gửi hành lí 수하물을 부치다
huỷ 취소하다	lưu trú 체재하다	nhân viên lễ tân 안내데스크 직원	ở lại 있다, 머물다
pháo hoa 불꽃놀이	quá cảnh 경유하다	quầy hướng dẫn du lịch 관광안내소	va li 트렁크, 캐리어

Luyện tập 실전 연습

자신의 이야기를 만들어보세요.

기억에 남는 명절	
발생한 일	
기억에 남는 일	

예시 답안 해석

나는 6살 때 설날 명절에 관해 아주 기억에 남는 추억이 있다. 그해 할아버지와 할머니를 뵈러 고향을 갔다 온 후 부모님께서 나를 데리고 놀러 가셨다. 처음으로 나는 N서울타워(구 남산타워)에 가보았다. 그것은 수도에서 가장 높은 타워였다.

우리는 오후 4시에 출발하였다. 주차장에서 타워 기슭까지는 약 300미터 거리였다. 길은 아주 가팔랐다. 나는 조금 걸었는데 금세 지쳤다. 그러나 거대한 남산 타워를 보며 계속 걷기 위해 노력했다. 드디어 우리는 타워 기슭에 도착했다. 그곳에는 테디베어 박물관과 많은 사랑의 자물쇠가 있었다. 그 후 우리 가족은 타워 근처에 있는 식당에서 저녁 식사를 했다.

가장 기억에 남은 것은 우리가 남산 타워의 가장 높은 층에 갔다는 것이다. 나는 매우 흥분했다. 그곳에서 나는 고층 빌딩과 불빛 속의 도로를 보았다. 수도 서울은 매우 멋졌다. 이것이 내가 지금까지 여전히 간직하고 있는 추억이다.

14

NƠI CHỐN

OPIc

Phần 1. Giới thiệu công viên bạn thường đi và sự kiện đã xảy ra tại đó

자주 가는 공원을 소개하고 그곳에 있었던 일을 묘사하기

Phần 2. Giải thích lí do đến quán cà phê và việc bạn thường làm ở đó

카페에 가는 이유와 그곳에서 하는 일을 설명하기

Phần 3. Giới thiệu về buổi hoà nhạc yêu thích và sự việc đáng nhớ

좋았던 공연을 소개하고 기억에 남는 일을 설명하기

BÀI 14 NƠI CHỐN

OPIc Phần 1. Giới thiệu công viên bạn thường đi và sự kiện đã xảy ra tại đó
자주 가는 공원을 소개하고 그곳에 있었던 일을 묘사하기

Câu hỏi 실전 질문

Trong bản khảo sát, bạn nói rằng bạn thích đi công viên. Hãy nói cho tôi nghe về một trải nghiệm đáng nhớ của bạn ở công viên? Chuyện gì đã xảy ra? Bạn hãy kể chi tiết nhất có thể.

Chuẩn bị 사전 준비

1. 브레인스토밍

답안 구성

Giới thiệu tên và địa điểm công viên thường đi.
자주 가는 공원의 이름, 위치를 소개한다.

↓

Nói về sự kiện đã xảy ra.
그곳에서 생긴 일을 이야기한다.

↓

Sự kiện đó đã kết thúc như thế nào.
그 일이 어떻게 마무리되었는지 이야기한다.

2. 자주 가는 공원을 소개하기 위한 문장 연습

예시 문장들을 따라 읽어 보고 각자 상황에 맞춰 문장을 만들어보세요.

자주 가는 공원 소개	Tôi thích ________ ở công viên ____________. ▶ Công viên đó ________ nhưng ________, ________. ▶
발생한 일	________, như thường lệ, tôi đến công viên ________. ▶ Tôi bắt đầu khát nước ____________. ▶ Một em đã chú ý đến tôi ____________. ▶ Em bé chạy đến ____________. ▶
일의 마무리	Tôi muốn ________ nhưng ____________. ▶ Câu chuyện đó làm tôi ____________. ▶

Bài mẫu 예시 답안

[해석: 288쪽]

Tôi thích đi dạo ở công viên sau giờ làm việc. Tôi thường đến một công viên ở gần nhà. Từ nhà tôi đến đó khoảng 5 phút đi bộ. Công viên đó không lớn lắm nhưng nhiều cây xanh, không khí rất trong lành.	Giới thiệu về công viên bạn thường đi 자주 가는 공원 소개
Thứ 6 tuần trước, như thường lệ, tôi đến công viên sau giờ làm việc. Tôi đi bộ khoảng 30 phút và bắt đầu khát nước. Tôi muốn mua nước ở cây bán nước tự động. Nhưng tôi không có tiền xu, mà cây bán nước đó không nhận tiền giấy. Tôi đã thử nhiều lần và bắt đầu tức giận. Một em bé khoảng 5-6 tuổi đã chú ý đến tôi. Em bé chạy đến tôi và đưa cho tôi một chai nước mới. Em bé nói "Mẹ cháu bảo là phải biết chia sẻ". Sau đó, em bé chạy đi rất nhanh. Tôi nói rất to "Cảm ơn cháu". Em bé dễ thương và ngoan quá.	Sự kiện đã xảy ra 발생한 일
Tôi muốn gặp lại em bé nhưng không gặp được. Câu chuyện đó làm tôi nhớ mãi.	Sự kiện đó đã kết thúc như thế nào 일의 마무리

어휘			
đi dạo 산보하다, 산책하다	trong lành 신선하다, 청정하다	như thường lệ 평소처럼	khát nước 목마른, 갈증 나는
cây bán nước tự động 음료 자판기	tiền xu 동전	tiền giấy 지폐	thử ~해보다, 시험하다
tức giận 화나다, 초조하다	em bé 어린이	dễ thương 귀엽다	ngoan 착하다, 품행이 좋은

공원 가기 경험과 관련하여 더 알아 두면 유용한 단어	
mất vé ~ 표를 분실하다	chạy đi 달리다
lạc đường 길을 잃다	gặp bạn cũ 옛 친구를 만나다
làm hỏng cây 나무를 훼손하다	làm đổ biển báo 표지판을 무너뜨리다

Luyện tập 실전 연습

자신의 이야기를 만들어보세요.

자주 가는 공원 소개	
발생한 일	
일의 마무리	

예시 답안 해석

나는 퇴근 후 공원에서 산책하는 것을 좋아한다. 나는 보통 집 근처에 있는 공원에 간다. 집에서 도보 5분 정도가 걸린다. 크지 않은 공원이지만 나무가 많아 공기가 매우 깨끗하다.

지난 금요일에도 평소처럼 나는 퇴근 후 공원에 갔다. 30분 정도 걷자 목이 마르기 시작했다. 자판기에서 생수를 사고 싶었다. 동전이 없었는데 자판기에 지폐가 들어가지 않았다. 여러 번 시도하자 화가 나기 시작했다. 그런 나를 5~6세 정도의 아이가 지켜보고 있었다. 나에게 다가온 아이가 생수를 주었다. 아이는 "엄마가 나눌 줄 알아야 한다고 했어요."라고 말했다. 그리고 아이는 재빨리 도망갔다. 나는 큰 목소리로 "고마워"라고 외쳤다. 아이가 너무 귀여웠다.

나는 아이를 다시 보고 싶지만 볼 수 없었다. 지금도 그때 일을 생생하게 기억하고 있다.

BÀI 14 NƠI CHỐN

OPIc Phần 2. Giải thích lí do đến quán cà phê và việc bạn thường làm ở đó
카페에 가는 이유와 그곳에서 하는 일을 설명하기

Câu hỏi 실전 질문

Trong bản khảo sát, bạn nói là bạn thích đến quán cà phê. Bạn thích đến quán cà phê như thế nào? Bạn làm gì ở đó? Hãy nói cho tôi biết chi tiết về những việc bạn thường làm ở quán cà phê.

Chuẩn bị 사전 준비

1. 브레인스토밍

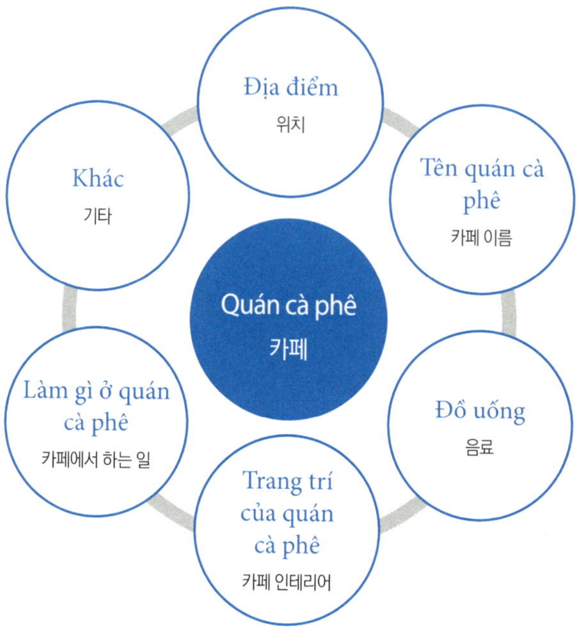

답안 구성

Giải thích lí do đến quán cà phê.
카페에 가는 이유를 설명한다.

↓

Giới thiệu quán cà phê yêu thích.
좋아하는 카페를 소개한다.

↓

Nói về những việc bạn thường làm ở quán cà phê.
카페에서 자주 하는 일을 이야기한다.

2. 자주 가는 카페를 소개하기 위한 문장 연습

예시 문장들을 따라 읽어 보고 각자 상황에 맞춰 문장을 만들어보세요.

카페에 가는 이유	Tôi rất thích đến quán cà phê, không chỉ vì ______ mà còn vì ______. ▶
좋아하는 카페 소개	Tôi thích một quán cà phê ở ______. ▶ Trang trí của quán ______ và ______. ▶ Chủ quán thường bật các bản nhạc ______. ▶ Đồ uống ở đó khá ______. ▶
카페에서 자주 하는 일	Tôi thường đến quán cà phê để ______. ▶ Khi đi cùng bạn bè, chúng tôi thường ______. ▶ Khi làm việc, tôi thường ______. ▶ Tôi có thể ______ ở đó. ▶

Bài mẫu 예시 답안

[해석: 294쪽]

Tôi rất thích đến quán cà phê, không chỉ vì đồ uống mà còn vì không gian của quán.	Lí do đến quán cà phê 카페에 가는 이유
Tôi thích một quán cà phê ở gần công ti tôi. Quán cà phê đó tuy nhỏ nhưng đẹp và yên tĩnh. Trang trí của quán rất cá tính và phong cách. Chủ quán thường bật các bản nhạc cổ điển hoặc nhạc jazz. Đồ uống ở đó khá ngon và đặc biệt. Tôi thích nhất cà phê capuchino.	Giới thiệu quán cà phê yêu thích 좋아하는 카페 소개
Tôi thường đến quán cà phê để làm việc hoặc nói chuyện cùng bạn bè. Khi đi cùng bạn bè, chúng tôi thường nói chuyện và chụp ảnh. Không gian của quán đẹp, nên chúng tôi thích chụp ảnh selfie. Khi làm việc, tôi thường ngồi ở góc trong của quán. Chỗ đó rất riêng tư. Không gian quán yên bình, thư thái. Tôi có thể làm việc cả ngày ở đó.	Những việc thường làm ở quán cà phê 카페에서 자주 하는 일

어휘			
đồ uống 음료, 마실 것	yên tĩnh 고요하다, 조용하다	trang trí 인테리어, 장식하다	cá tính 개성
phong cách 세련된	chủ quán 가게 주인	bản nhạc 악보, 음악	cổ điển 고전, 클래식
góc trong 구석, 코너	riêng tư 개인의, 자신만의	yên bình 태평한, 평온한	thư thái 여유 있는, 기분 좋은

카페와 관련하여 더 알아 두면 유용한 단어	
không gian xanh 깨끗한 공간	đeo tai nghe 헤드폰을 끼다
xem phim trên điện thoại 핸드폰으로 영화를 보다	chơi game trên máy tính 컴퓨터로 게임을 하다
tán gẫu 잡담하다	bình phẩm 품평하다, 악담하다

Luyện tập 실전 연습

자신의 이야기를 만들어보세요.

카페에 가는 이유	
좋아하는 카페 소개	
카페에서 자주 하는 일	

예시 답안 해석

나는 음료뿐만 아니라 카페라는 공간 때문에 카페에 가는 것을 좋아한다.

나는 회사 근처에 있는 카페를 좋아한다. 그 카페는 작지만 아름답고 조용하다. 카페의 인테리어가 매우 개성 있고 세련되었다. 카페 주인은 주로 재즈와 클래식 음악을 틀어 놓는다. 음료도 맛있으면서 독특하다. 나는 카푸치노를 가장 좋아한다.

나는 보통 일을 하거나 친구들과 이야기하기 위해 카페에 간다. 친구와 같이 가면 우리는 보통 수다를 떨며 사진을 찍는다. 카페가 예쁘기 때문에 우리는 셀카 찍는 것을 즐긴다. 일할 때는 나는 주로 구석에 앉는다. 그곳은 개인적인 공간인 것 같다. 카페는 평화롭고 편안하다. 나는 그곳에서 온종일 일을 할 수 있다.

BÀI 14 NƠI CHỐN

OPIc Phần 3. Giới thiệu về buổi hoà nhạc yêu thích và sự việc đáng nhớ
좋았던 공연을 소개하고 기억에 남는 일을 설명하기

Câu hỏi 실전 질문

Trong bản khảo sát, bạn nói là bạn thích đi nghe hoà nhạc. Hãy nói cho tôi nghe về buổi hoà nhạc đáng nhớ nhất mà bạn đã tham dự. Buổi hoà nhạc đó tên là gì? Diễn ra ở đâu? Vào thời gian nào? Và có điều gì xảy ra làm bạn nhớ về buổi hoà nhạc đó?

Chuẩn bị 사전 준비

1. 브레인스토밍

답안 구성

Giới thiệu buổi hoà nhạc yêu thích.
좋았던 공연을 소개한다.

↓

Nói về tình hình trong buổi hoà nhạc.
공연 당시 상황에 관해 이야기한다.

↓

Nói về điều đáng nhớ nhất.
가장 기억에 남은 일을 설명한다.

2. 공연 소개를 하기 위한 문장 연습

예시 문장들을 따라 읽어 보고 각자 상황에 맞춰 문장을 만들어보세요.

좋았던 공연 소개	Tôi đến nhà hát ________________. ▶ Tôi thích đến phòng hoà nhạc tại ________________. ▶ Buổi hoà nhạc ________________ vào ________________ là ________________. ▶
공연 당시 상황	________________ giờ biểu diễn, tôi đã có mặt ở ________________. ▶ Khi vào phòng hoà nhạc, tôi ngồi ở ________________. ▶ Hôm đó, phòng hoà nhạc có ________________. ▶ Nhiều nghệ sĩ ________________ đã đến ________________. ▶
가장 기억에 남는 일	Bất ngờ nhất là ________________. ▶ Tôi đã ________________ vì ________________. ▶

Bài mẫu 예시 답안

[해석: 300쪽]

Tôi thích nghe hoà nhạc. Tôi đến nhà hát mỗi tháng một lần. Tôi thích đến phòng hoà nhạc tại trung tâm nghệ thuật Seoul. Buổi hoà nhạc "Giai điệu mùa thu" vào tháng 10 năm 2018 là buổi hoà nhạc mà tôi thích nhất.	Giới thiệu buổi hoà nhạc 좋았던 공연 소개
Tôi đến từ rất sớm. 1 tiếng trước giờ biểu diễn, tôi đã có mặt ở trước phòng hoà nhạc. Tôi vừa chờ đợi vừa đọc các thông tin về nghệ sĩ tham gia buổi hoà nhạc. Khi vào phòng hoà nhạc, tôi ngồi ở tầng 1. Tôi thích ngồi gần sân khấu để nhìn rõ các nghệ sĩ. Hôm đó, phòng hoà nhạc có rất đông khán giả. Nhiều nghệ sĩ nổi tiếng trên thế giới đã đến biểu diễn. Tôi rất hạnh phúc khi được nhìn thấy những nghệ sĩ mà tôi yêu thích.	Tình hình trong buổi hoà nhạc 공연 당시 상황
Bất ngờ nhất là sự xuất hiện của nghệ sĩ piano Yanni. Ông ấy là người biểu diễn cuối cùng và biểu diễn hay nhất. Tôi đã được nghe trực tiếp những tác phẩm quen thuộc, nổi tiếng của ông. Tôi đã khóc vì sung sướng. Đó là kỉ niệm mà tôi sẽ nhớ mãi trong đời.	Điều đáng nhớ nhất 가장 기억에 남는 일

어휘			
hoà nhạc / buổi hoà nhạc 연주회, 콘서트	nhà hát 공연장, 연주회장	phòng hoà nhạc 콘서트홀	trung tâm nghệ thuật Seoul 서울 예술의전당
tham gia 참여하다	giai điệu 멜로디	giờ biểu diễn 공연 시간	chờ đợi 기다리다
nghệ sĩ 예술가, 아티스트	sân khấu 무대	hạnh phúc 행복하다	yêu thích 좋아하다, 마음에 들다
xuất hiện 나타나다, 출현하다	trực tiếp 직접(의)	tác phẩm 작품	quen thuộc 익숙하다

공연과 관련하여 더 알아 두면 유용한 단어			
bán hết 매진하다	biểu diễn 공연하다, 연기(주)하다	dàn hợp xướng 합창단	đạo diễn 연출자, 연출하다
hát 노래하다	hoan hô 환호하다	kịch 연극	nhạc kịch 뮤지컬
nhạc kịch thính phòng 오페라	nhảy múa 춤추다	thời gian trình chiếu 상영시간	vai diễn 배역, 역할

Luyện tập 실전 연습

자신의 이야기를 만들어보세요.

좋았던 공연 소개	
공연 당시 상황	
가장 기억에 남는 일	

예시 답안 해석

나는 연주회를 가는 것을 좋아한다. 한 달에 한 번 공연장에 간다. 나는 서울 예술의전당의 콘서트홀에 가는 것을 좋아한다. 관람했던 공연 중 2018년 10월에 갔었던 "가을의 멜로디(Fall Melody)" 콘서트가 가장 좋았다.

나는 꽤 일찍 도착했었다. 콘서트홀에 도착했을 때 공연까지 1시간이 남아 있었다. 나는 공연을 기다리면서 참여하는 아티스트들의 정보를 읽었다. 공연장에 들어가 나는 1층에 앉았다. 나는 무대와 가까운 곳에 앉아서 아티스트를 보는 것을 선호한다. 그날 공연장은 관객들이 많았다. 세계의 많은 유명한 연주가들이 공연했다. 나는 좋아하는 아티스트를 볼 수 있어 매우 행복했다.

피아니스트 야니의 출연은 놀라운 일이었다. 그는 마지막으로 나왔고 가장 멋지게 공연했다. 익숙하고도 유명한 그의 작품들을 직접 들을 수 있어서 나는 너무 기뻐 눈물이 났다. 그것은 내 인생에서 영원히 기억될 추억이다.

15

TRÒ CHƠI

OPIc

Phần 1. Giới thiệu thể loại trò chơi điện tử yêu thích và giải thích lí do

즐겨하는 게임 종류를 소개하고 그 이유를 설명하기

Phần 2. Giới thiệu trò chơi dân gian Hàn Quốc và giải thích cách chơi

한국의 전통 놀이를 소개하고 놀이 방법을 설명하기

Phần 3. Giới thiệu lí do bạn thích chơi với trẻ con và kỉ niệm đáng nhớ

아이와의 놀이가 좋은 이유를 소개하고 기억에 남는 일을 이야기하기

BÀI 15 TRÒ CHƠI

OPIc

Phần 1. Giới thiệu thể loại trò chơi điện tử yêu thích và giải thích lí do

즐겨하는 게임 종류를 소개하고 그 이유를 설명하기

Câu hỏi 실전 질문

Trong bản khảo sát, bạn nói rằng bạn rất thích chơi trò chơi (chơi game). Bạn đã chơi game bao lâu rồi? Trò chơi đầu tiên mà bạn chơi là trò nào? Hãy nói cho tôi biết vì sao bạn thích nó.

Chuẩn bị 사전 준비

1. 브레인스토밍

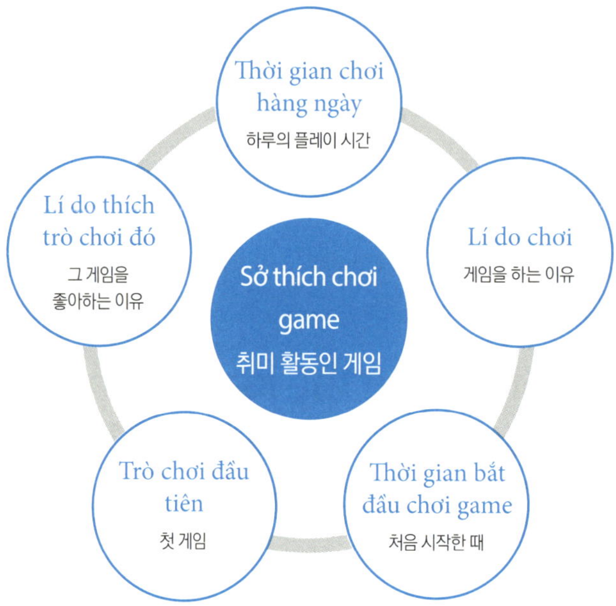

답안 구성

Giới thiệu về thể loại trò chơi điện tử yêu thích.
좋아하는 게임 종류를 소개한다.

↓

Nói về thời điểm bắt đầu chơi trò chơi điện tử và trò chơi đầu tiên.
처음 게임을 시작한 시기와 종류를 이야기한다.

↓

Giải thích về lí do thích trò chơi đó.
그 이유를 설명한다.

2. 즐겨하는 게임 소개를 위한 문장 연습

예시 문장들을 따라 읽어 보고 각자 상황에 맞춰 문장을 만들어보세요.

즐겨하는 게임 종류	Tôi thích chơi trò chơi điện tử vào lúc __________ . ▶ Chơi game giúp tôi cảm thấy __________ . ▶ Tôi thường chơi game vào __________ . ▶
처음 게임을 시작한 시기와 게임 이름	Tôi đã chơi khoảng __________ . ▶ Tôi bắt đầu chơi game khi còn là __________ . ▶ Trò chơi đầu tiên mà tôi chơi là __________ . ▶ Đó là một trò chơi của Nintendo __________ . ▶
좋아하는 이유	Tôi thích trò chơi này vì __________ . ▶ Khi tôi còn nhỏ, đó là game ________ và ________ . ▶ Bây giờ, tôi vẫn nhớ ________ và ________ của trò chơi đó. ▶

Bài mẫu 예시 답안

[해석: 308쪽]

Tôi thích chơi trò chơi điện tử khi có thời gian nghỉ ngơi. Công việc của tôi rất căng thẳng. Vì thế, chơi game giúp tôi cảm thấy thư giãn hơn. Tôi thường chơi game vào buổi tối trước khi đi ngủ.	Thể loại trò chơi điện tử yêu thích 즐겨하는 게임 종류
Tôi đã chơi khoảng 20 năm rồi. Tôi bắt đầu chơi game khi còn là học sinh phổ thông. Trò chơi đầu tiên mà tôi chơi là Super Mario. Đó là một trò chơi của Nintendo. Người chơi sẽ điều khiển nhân vật Mario nhảy qua các chướng ngại vật để cứu công chúa.	Thời điểm bắt đầu và tên trò chơi 처음 게임을 시작한 시기와 게임 이름
Tôi thích trò chơi này vì nhân vật rất sinh động. Khi tôi còn nhỏ, đó là game nổi tiếng nhất và hay nhất. Tôi và bạn tôi thường cùng nhau chơi sau khi đi học về. Bây giờ, tôi vẫn nhớ nhân vật và âm thanh của trò chơi đó.	Lí do thích trò chơi đó 좋아하는 이유

어휘			
trò chơi điện tử 비디오 게임, 컴퓨터 게임	căng thẳng 긴장하다, 스트레스	(trường) phổ thông 고등학교	người chơi 사용자, 플레이어
điều khiển 조정하다	nhân vật 인물, 캐릭터	nhảy qua 뛰어넘다	chướng ngại vật 장애물
cứu 구하다	công chúa 공주	sinh động 사실적인, 생동하다	âm thanh 음성

전자 매체(컴퓨터) 관련하여 더 알아 두면 유용한 단어			
bàn phím 컴퓨터 자판, 악기 건반	con chuột 마우스	cư dân mạng 인터넷 이용자	đĩa cứng 하드디스크
lướt web 웹 서핑하다	màn hình 화면	mạng 온라인, 인터넷	mật khẩu 비밀번호
nhấp chuột 클릭하다	phần mềm 소프트웨어	thanh tìm kiếm 검색창	truy cập 접속하다

Luyện tập 실전 연습

자신의 이야기를 만들어보세요.

즐겨하는 게임 종류	
처음 게임을 시작한 시기와 게임 이름	
좋아하는 이유	

예시 답안 해석

나는 휴식 시간에 비디오 게임을 즐겨한다. 내가 하는 업무는 스트레스가 매우 많다. 그래서 게임을 하면 편안한 기분을 느낀다. 나는 게임을 보통 잠자기 전에 한다.

나는 게임을 한 지는 20년 정도가 되었다. 고등학생 때 게임을 시작했다. 처음 한 게임이 슈퍼마리오였다. 그 게임은 닌텐도의 게임이다. 플레이어가 캐릭터 마리오를 조종해 공주를 구하기 위해 장애물을 뛰어넘는 게임이었다.

캐릭터가 매우 생동감 있기 때문에 나는 이 게임을 좋아한다. 내가 어렸을 때 이 게임이 가장 유명하고 가장 재미있는 게임이었다. 나와 내 친구는 보통 하교 후에 함께 이 게임을 했다. 지금도 나는 여전히 그 게임의 캐릭터와 음성을 기억하고 있다.

BÀI 15 TRÒ CHƠI

OPIc Phần 2. Giới thiệu trò chơi dân gian Hàn Quốc và giải thích cách chơi
한국의 전통 놀이를 소개하고 놀이 방법을 설명하기

Câu hỏi 실전 질문

Bạn có thể giới thiệu một trò chơi dân gian của đất nước bạn được không? Cách chơi trò chơi đó như thế nào? Bây giờ có nhiều người chơi trò chơi đó không?

Chuẩn bị 사전 준비

1. 브레인스토밍

답안 구성

Giới thiệu một trò chơi dân gian Hàn Quốc.
한국의 전통 놀이를 소개한다.

↓

Giải thích cách chơi trò chơi đó.
놀이 방법을 설명한다.

↓

Giải thích lí do hiện nay vẫn thích trò chơi đó.
지금도 그 놀이를 즐기는 이유를 설명한다.

2. 전통 놀이 소개를 위한 문장 연습

예시 문장들을 따라 읽어 보고 각자 상황에 맞춰 문장을 만들어보세요.

전통 놀이 소개	Đất nước tôi có nhiều trò chơi dân gian ________. ▶ Một trong những trò chơi phổ biến nhất là ________. ▶ Mọi người thường chơi trò này trong dịp ________. ▶
놀이 방법 설명	Bộ dụng cụ để chơi gồm: ________ và ________. ▶ Trò chơi này cần ________ người chơi. ▶ Mỗi đội sẽ lần lượt ________. ▶
지금도 좋아하는지와 그 이유	Không chỉ ________ mà cả ________ cũng thích chơi. ▶ Bởi vì trò chơi này ________ và ________. ▶

Bài mẫu 예시 답안

[해석: 314쪽]

Đất nước tôi có nhiều trò chơi dân gian thú vị. Một trong những trò chơi phổ biến nhất là Yutnori (chơi gậy). Mọi người thường chơi trò này trong dịp Tết Nguyên đán (Seollal).

Giới thiệu một trò chơi dân gian
전통 놀이 소개

Bộ dụng cụ để chơi yutnori gồm: bàn chơi, quân chơi, và gậy yut. Trò chơi này cần 2 người chơi, hoặc 2 đội chơi. Mỗi đội sẽ lần lượt ném gậy yut để biết được đi mấy bước trên bàn chơi. Đội chiến thắng là đội về đích trước.

Cách chơi trò chơi đó
놀이 방법 설명

Hiện nay, nhiều người vẫn rất thích trò chơi này. Không chỉ trẻ em mà cả người lớn cũng thích chơi, bởi vì trò chơi này đơn giản và có thể chơi đông người.

Lí do hiện nay vẫn thích trò chơi đó
지금도 좋아하는 이유

어휘			
trò chơi dân gian 민속놀이	phổ biến 보편적인	dụng cụ 기구, 도구	bàn chơi 테이블, 놀이판
quân chơi 말, 카드	lần lượt 차례대로	ném 던지다	bước 한 걸음, 나아가다
chiến thắng 이기다, 승리하다	về đích trước 먼저 결승점에 들어오다	đơn giản 간단한, 간소한	đông người 많은 사람

문화유산과 관련하여 더 알아 두면 유용한 단어			
bảo tồn 보존하다	bị thất lạc 유실되다	di sản tư liệu 기록유산	di sản thiên nhiên 자연유산
kiêng kị 금기	di sản văn hóa 문화유산	di sản văn hoá thế giới 세계문화유산	lưu truyền 전승하다
danh lam thắng cảnh 명승지	phong tục 풍습	tập quán 관습	văn hoá phi vật thể 무형문화

Luyện tập 실전 연습

자신의 이야기를 만들어보세요.

전통 놀이 소개	
놀이 방법 설명	
지금도 좋아하는지와 그 이유	

예시 답안 해석

우리나라에는 흥미로운 전통 놀이가 많다. 가장 보편적인 놀이 중 하나가 윷놀이다. 사람들은 설날에 모여 이 놀이를 즐긴다.

윷놀이하기 위해서는 테이블(놀이판), 말(카드)과 윷가락이 필요하다. 게임을 하기 위해서는 2명 또는 2팀이 필요하다. 각 팀은 윷가락을 던져 몇 걸음 이동할 수 있는지 확인한다. 가장 먼저 도착하는 팀이 승리하게 된다.

지금도 많은 사람이 이 놀이를 좋아한다. 놀이 방법이 단순하고 많은 사람이 같이 즐길 수 있기 때문에 어린이와 어른 모두가 좋아한다.

BÀI 15 TRÒ CHƠI

OPIc

Phần 3. Giới thiệu lí do bạn thích chơi với trẻ con và kỉ niệm đáng nhớ
아이와의 놀이가 좋은 이유를 소개하고 기억에 남는 일을 이야기하기

Câu hỏi 실전 질문

Trong bản khảo sát, bạn nói rằng bạn thích chơi trò chơi với trẻ con. Bạn thường chơi trò chơi gì với chúng? Bạn có trải nghiệm gì đáng nhớ khi chơi trò chơi với trẻ con không? Việc đó xảy ra ở đâu, bao giờ, và như thế nào? Hãy nói cho tôi biết chi tiết.

Chuẩn bị 사전 준비

1. 브레인스토밍

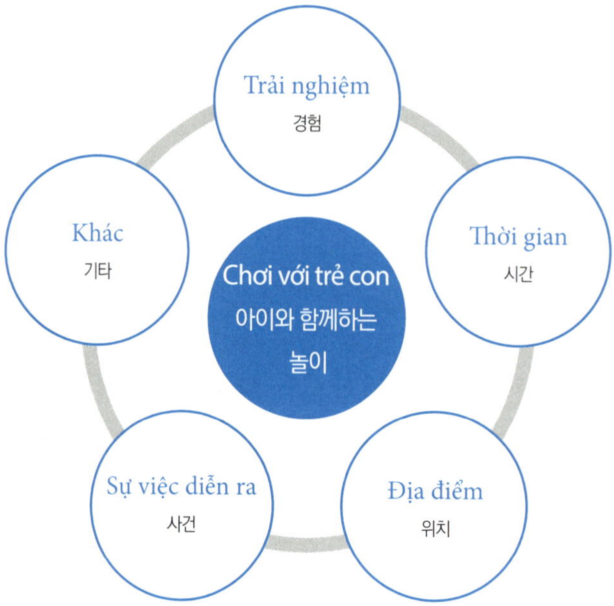

답안 구성

Giới thiệu lí do bạn thích chơi (trò chơi) với trẻ con.
아이와의 놀이가 좋은 이유를 소개한다.

↓

Giới thiệu một trò chơi có thể chơi với trẻ con.
아이와 함께 하는 놀이를 소개한다.

↓

Nói về điều kỉ niệm đáng nhớ.
기억에 남는 일을 이야기한다.

2. 아이와의 놀이를 이야기하기 위한 문장 연습

예시 문장들을 따라 읽어 보고 각자 상황에 맞춰 문장을 만들어보세요.

아이와의 놀이 빈도와 같이 놀면 좋은 이유	Tôi rất thích chơi ________________. ▶ Tôi thích chơi với con vì thứ nhất, ________, ________. ▶ Thứ hai, chơi với con ________________. ▶
아이와 함께하는 놀이	Tôi thường chơi ________ hoặc ________ với con. ▶ Cả hai trò chơi này đều là ________________. ▶
기억에 남는 일	________, tôi và hai con chơi xếp hình ________. ▶ Sau khi hết giờ chơi, tôi ________________. ▶ Khi tôi ________, thì con tôi ________. ▶ Tôi rất ________ và ________ con. ▶ Con đã cho tôi ________________. ▶

Bài mẫu 예시 답안

[해석: 320쪽]

Tôi có 2 con nhỏ, 1 đứa 8 tuổi, 1 đứa 6 tuổi. Tôi rất bận, nên không có nhiều thời gian rảnh. Nhưng tôi rất thích chơi với con. Tôi thích chơi với con vì thứ nhất, "chơi là học, học là chơi". Thứ hai, chơi với con giúp tình cảm bố con gắn kết hơn.	Lí do bạn thích chơi trò chơi với trẻ con 아이와의 놀이 빈도와 같이 놀면 좋은 이유
Tôi thường chơi cờ vua hoặc chơi xếp hình (lego) với con. Cả hai trò chơi này đều là trò chơi trí tuệ, giúp trẻ con phát triển trí thông minh.	Trò chơi có thể chơi với trẻ con 아이와 함께하는 놀이
Một lần vào cuối tuần, tôi và hai con chơi xếp hình ở nhà. Sau khi hết giờ chơi, tôi yêu cầu cả 2 dọn dẹp. Nhưng con thứ hai vẫn chưa xếp xong thứ mà nó muốn. Tôi lặp đi lặp lại yêu cầu, nhưng con vẫn xin thêm thời gian. Khi tôi bắt đầu tức giận, thì con tôi òa khóc và nói "Con đang xếp một ngân hàng thời gian để tặng bố. Con thích bố có nhiều thời gian để chơi với bọn con như hôm nay". Tôi rất bất ngờ và ôm lấy con. Con đã cho tôi một bài học rất quý.	Kỉ niệm đáng nhớ 기억에 남는 일

어휘			
con nhỏ 아이, 자식	đứa 나이 어린 사람에게 붙이는 말	tình cảm 감정, 애정	gắn kết 맺다, 긴밀하게 하다
cờ vua 체스	xếp hình 레고, 블록, 퍼즐	phát triển 발전하다	trí thông minh 지능
yêu cầu 요구하다	dọn dẹp 수습하다, 정리하다	xếp 깔다, 세우다	lặp đi lặp lại 반복하다
tức giận 화내다	òa khóc 울다	bọn con 우리	ôm lấy 안다

놀이와 관련하여 더 알아 두면 유용한 단어			
bị trượt 탈락하다	cờ tướng 장기	cờ vây 바둑	chơi ăn gian 반칙하다
đấu vật 씨름	kéo co 줄다리기	quan tâm 관심 갖다	quy định 규칙, 규정
rút lui 기권하다	sự bất phân thắng bại 무승부	tham gia 참가하다	xích đu 그네

Luyện tập 실전 연습

자신의 이야기를 만들어보세요.

아이와의 놀이 빈도와 같이 놀면 좋은 이유	
아이와 함께하는 놀이	
기억에 남는 일	

예시 답안 해석

나에게는 8살, 6살의 두 아이가 있다. 나는 일이 바빠서 여유시간이 많지는 않다. 그러나 나는 아이들과 노는 것을 매우 좋아한다. 아이와의 놀이가 좋은 이유는 첫째, "놀이가 공부고 공부가 곧 놀이"이기 때문이다. 둘째, 아빠와 아이와 관계가 감정적으로 단단해지기 때문이다.

종종 아이들과 체스를 두거나 퍼즐을 맞춘다. 이 게임들은 두뇌 게임이라 아이들의 생각을 발전시키는 데 도움이 된다.

어느 주말에 집에서 두 아이와 함께 퍼즐을 즐겼다. 게임이 끝난 후 아이들에게 정리를 부탁했다. 그러나 둘째 아이는 자신이 원하는 것을 완성하지 못한 상태였다. 내가 재차 이야기했지만 아이는 시간을 더 달라고 했다. 내가 화를 내기 시작하자 아이는 눈물을 흘리며 "아빠에게 선물하기 위헤 시간의 은행을 조립하고 있었어요. 아빠가 오늘처럼 많은 시간이 있어서 우리와 함께 노는 것이 좋아서요." 나는 매우 놀랐고 아이를 안아줬다. 이 일은 나에게 큰 교훈이 되었다.

16

MẠNG XÃ HỘI(SNS)

OPIc

Phần 1. Giải thích về thói quen dùng mạng xã hội(SNS) nhiều và lí do

▸ SNS 이용 습관과 가장 많이 이용하는 SNS, 그 이유를 설명하기

Phần 2. Giải thích về ưu nhược điểm của mạng xã hội và nói về trải nghiệm của bạn

▸ SNS의 장단점을 설명하고 자신의 경험을 이야기하기

Phần 3. Sự việc xảy ra khi dùng mạng xã hội và lí do sự việc đó đáng nhớ

▸ SNS 이용 중 발생한 사건과 기억에 남는 이유를 설명하기

BÀI 16 MẠNG XÃ HỘI(SNS)

OPIc Phần 1. Giải thích về thói quen dùng mạng xã hội(SNS) nhiều và lí do

SNS 이용 습관과 가장 많이 이용하는 SNS, 그 이유를 설명하기

Câu hỏi 실전 질문

Bạn có thường xuyên dùng mạng xã hội không? Bạn dùng mạng xã hội nào nhiều nhất? Vì sao bạn lại thích mạng đó?

Chuẩn bị 사전 준비

1. 브레인스토밍

답안 구성

Nói về thói quen sử dụng mạng xã hội.
소셜 네트워크(SNS) 이용 습관을 이야기한다.

↓

Giới thiệu mạng xã hội bạn sử dụng nhiều nhất.
가장 많이 이용하는 SNS를 소개한다.

↓

Nói về lí do sử dụng mạng xã hội đó.
그 SNS를 이용하는 이유를 이야기한다.

2. SNS 이용에 대해 이야기하기 위한 문장 연습

예시 문장들을 따라 읽어 보고 각자 상황에 맞춰 문장을 만들어보세요.

SNS 이용 습관	Tôi ________ dùng mạng xã hội. ▶ Thậm chí, tôi nghĩ là tôi ________ mạng xã hội. ▶
가장 많이 이용하는 SNS	Tôi dùng ________ nhiều nhất. ▶
그 SNS를 이용하는 이유	________ được sử dụng bởi ________ trên thế giới. ▶ ________ giúp cho ________ kết nối với nhau dễ dàng. ▶ Mọi người có thể ________ lên ________ để ________. ▶ Tôi dùng ________ để ________. ▶ Nhờ ________ tôi đã tìm được ________. ▶

Bài mẫu 예시 답안

[해석: 328쪽]

Tôi thường xuyên sử dụng mạng xã hội. Thậm chí, tôi nghĩ là tôi nghiện mạng xã hội.

Tôi dùng facebook nhiều nhất.

Hiện nay, rất nhiều người trên thế giới sử dụng facebook. Facebook giúp cho mọi người kết nối với nhau dễ dàng. Mọi người có thể đăng ảnh, hay các tâm trạng cá nhân lên facebook để chia sẻ với người khác. Mọi người cũng có thể sử dụng facebook để bán hàng hay quảng cáo. Tôi dùng facebook để kết nối với bạn bè và đọc tin tức. Nhờ facebook, tôi đã tìm được khá nhiều bạn cũ. Ngoài ra, tôi cũng chia sẻ thông tin về bản thân một cách dễ dàng hơn.

Thói quen sử dụng mạng xã hội
SNS 이용 습관

Mạng xã hội bạn sử dụng nhiều nhất
가장 많이 이용하는 SNS

Lí do sử dụng mạng xã hội đó
그 SNS를 이용하는 이유

어휘			
sử dụng 이용하다	mạng xã hội 소셜네트워크, SNS	nghiện 중독되다	dùng 이용하다
kết nối 잇다, 연결하다	dễ dàng 쉬운, 온화한	đăng ảnh 사진을 올리다	tâm trạng 심리상태
cá nhân 개인	bán hàng 물건을 팔다	quảng cáo 광고(하다)	tin tức 소식, 정보

인터넷과 관련하여 더 알아 두면 유용한 단어			
a còng / a móc @ 기호	cài đặt 설치하다	cơ sở dữ liệu 데이터베이스	đính kèm 첨부하다
định dạng 포맷하다	đường dẫn 링크	file tài liệu 파일	hộp thư điện tử 메일 편지함
hộp thư spam 스팸 메일함	tải 내려받다	thư điện tử 전자우편	xác nhận đã đọc 수신확인

Luyện tập 실전 연습

자신의 이야기를 만들어보세요.

SNS 이용 습관	
가장 많이 이용하는 SNS	
그 SNS를 이용하는 이유	

예시 답안 해석

나는 소셜 네트워크를 자주 이용한다. 심지어 나는 내가 SNS에 중독되었다고 생각한다.

나는 페이스북을 가장 많이 이용한다.

현재 전 세계의 많은 사람이 페이스북을 이용한다. 페이스북은 사람들이 서로서로 쉽게 연결될 수 있도록 도와준다. 사람들은 페이스북에 사진이나 글을 올려 다른 사람들과 공유할 수 있다. 페이스북을 이용하여 제품을 판매하거나 광고할 수도 있다. 나는 페이스북을 이용하여 친구들과 소통하고 뉴스를 읽는다. 페이스북 덕분에 옛 친구들을 찾았다. 또한 나에 대한 소식도 쉽게 알릴 수 있다.

BÀI 16 MẠNG XÃ HỘI (SNS)

OPIc

Phần 2. Giải thích về ưu nhược điểm của mạng xã hội và nói về trải nghiệm của bạn

SNS의 장단점을 설명하고 자신의 경험을 이야기하기

Câu hỏi 실전 질문

Theo bạn, ưu và nhược điểm của mạng xã hội là gì? Bạn có trải nghiệm thực tế nào về những điều đó không?

Chuẩn bị 사전 준비

1. 브레인스토밍

답안 구성

Giải thích về ưu điểm của mạng xã hội.
SNS의 장점을 설명한다

↓

Giải thích về nhược điểm của mạng xã hội.
SNS의 단점을 설명한다.

↓

Nói về trải nghiệm thực tế của bản thân mình.
자신의 실제 경험을 이야기한다.

2. SNS의 장단점 설명을 위한 문장 연습

예시 문장들을 따라 읽어 보고 각자 상황에 맞춰 문장을 만들어보세요.

SNS 장점	Mạng xã hội có cả ______ và ______. ▶ ______ nhất của mạng xã hội là ______. ▶ Mạng xã hội ______ khoảng cách giữa mọi người. ▶ Mọi người ______ qua mạng xã hội. ▶ Mọi người có thể ______ với mọi người. ▶
SNS 단점	______ nhất của mạng xã hội là ______. ▶ Tin tặc có thể ______ của người dùng mạng. ▶ Dùng mạng xã hội làm mọi người ______. ▶
자신의 경험	Tôi từng ______ tài khoản cá nhân. ▶ Sau đó, tôi rất hạn chế ______. ▶

Bài mẫu 예시 답안

[해석: 334쪽]

Mạng xã hội có cả ưu điểm và nhược điểm. Ưu điểm lớn nhất của mạng xã hội là giúp mọi người có thể dễ dàng kết nối với nhau. Trong xã hội hiện đại, mọi người thường ít có thời gian gặp nhau. Vì thế, mạng xã hội rút ngắn khoảng cách giữa mọi người.	Ưu điểm của mạng xã hội SNS 장점
Mọi người có thể tìm bạn cũ, bạn mới qua mạng xã hội. Đồng thời, cũng có thể chia sẻ thông tin của bản thân mình với mọi người. Tuy nhiên, mạng xã hội cũng có nhược điểm. Nhược điểm lớn nhất của mạng xã hội là thông tin cá nhân bị chia sẻ quá nhiều. Tin tặc có thể tấn công tài khoản cá nhân của người dùng mạng. Ngoài ra, việc dùng mạng xã hội còn làm cho mọi người mất thời gian.	Nhược điểm của mạng xã hội SNS 단점
Tôi từng bị tin tặc tấn công tài khoản cá nhân. Tôi phải đóng facebook cũ của mình và mở một tài khoản khác. Sau đó, tôi rất hạn chế chia sẻ thông tin cá nhân. Tôi thường chỉ sử dụng facebook để nói chuyện với mọi người.	Trải nghiệm của bản thân 자신의 경험

어휘			
ưu điểm 장점	nhược điểm 단점	rút ngắn 줄이다, 생략하다	khoảng cách 간격, 거리
đồng thời 동시에	tin tặc 해커	tấn công 공격하다	tài khoản 계정, 계좌
mất thời gian 시간 낭비하다	từng 각각	đóng 닫다, 폐쇄하다	hạn chế 제한하다

SNS와 관련하여 더 알아 두면 유용한 단어 1			
ẩn bài viết 게시물 숨기기	báo cáo sự cố 문제 신고	bình luận 댓글	bình luận ác ý 악성 댓글
bỏ theo dõi 팔로우 취소	cài đặt 설정	chia sẻ 공유하기	đã lưu 저장됨
đăng kí thành viên 가입하기	đăng nhập 로그인	đăng xuất 로그아웃	điều khoản & chính sách 약관과 정책

Luyện tập 실전 연습

자신의 이야기를 만들어보세요.

SNS 장점	
SNS 단점	
자신의 경험	

예시 답안 해석

소셜 네트워크는 장점과 단점 모두를 가지고 있다. 소셜 네트워크의 가장 큰 장점은 사람들이 쉽게 서로 연락할 수 있는 것이다. 현대 사회에서 사람들이 직접 만나는 시간은 줄어들고 있다. 그래서 소셜 네트워크가 사람들 간의 거리를 좁혀 주고 있다. 사람들은 SNS를 통해 옛 친구 또는 새로운 친구를 찾을 수 있다. 자신의 정보를 모든 사람과 공유할 수도 있다.

그러나 소셜 네트워크는 단점도 있다. SNS의 가장 큰 단점은 개인 정보가 많이 공유된다는 것이다. 해커가 SNS 이용자의 개인 계정을 공격할 수도 있다. 또한, 소셜 네트워크를 지나친 이용으로 사람들은 시간을 낭비할 수도 있다.

내 SNS를 해커가 공격한 적이 있었다. 그래서 기존의 페이스북을 닫고 새로운 계정을 만들어야 했다. 그 이후로 개인 정보 공유를 많이 줄였다. 나는 페이스북을 주로 사람들과 대화하는 용도로만 이용하고 있다.

BÀI 16 MẠNG XÃ HỘI (SNS)

OPIc

Phần 3. Sự việc xảy ra khi dùng mạng xã hội và lí do sự việc đó đáng nhớ

SNS 이용 중 발생한 사건과 기억에 남는 이유를 설명하기

Câu hỏi 실전 질문

Bạn có trải nghiệm đáng nhớ nào khi sử dụng mạng xã hội không? Nếu có, việc đó xảy ra như thế nào? Vì sao việc đó lại đáng nhớ? Hãy nói cho tôi biết chi tiết.

Chuẩn bị 사전 준비

1. 브레인스토밍

답안 구성

Nói về thói quen sử dụng mạng xã hội.
SNS 이용 습관을 이야기한다.

↓

Nói về một sự việc xảy ra khi dùng mạng xã hội.
SNS를 이용하며 발생한 사건을 이야기한다.

↓

Giải thích lí do sự việc đó đáng nhớ.
기억에 남는 이유를 설명한다.

2. SNS 이용 경험을 이야기하기 위한 문장 연습

예시 문장들을 따라 읽어 보고 각자 상황에 맞춰 문장을 만들어보세요.

SNS 이용 습관	Tôi dùng nhiều loại mạng xã hội như ________. ▶ Tôi bấm nút thích ________ mà bạn bè đăng ________. ▶
SNS 이용할 때 발생한 사건	Bạn gái của tôi ________ cho tôi và yêu cầu tôi ________. ▶ Tôi rất sốc, không hiểu ________. ▶ Hoá ra, hôm đó tôi đã bấm thích một ảnh ________. ▶
기억에 남는 이유	Tôi nhớ việc này ________ vì sự việc thì ________ nhưng ________. ▶ Từ đó, tôi phải ________ rất kĩ trước khi ________ trên mạng. ▶

Bài mẫu 예시 답안

[해석: 340쪽]

Tôi dùng nhiều loại mạng xã hội như Kakao Talk, Naver, Facebook, Instagram... Tôi rất hay kiểm tra thông tin từ bạn bè và bấm nút "thích" tất cả các ảnh mà bạn bè đăng lên.	Thói quen sử dụng mạng xã hội SNS 이용 습관
Một buổi sáng, tôi kiểm tra mạng và bấm nút "thích" các ảnh của bạn bè trên Instagram. Ngay sau đó, bạn gái của tôi nhắn tin cho tôi và yêu cầu tôi chia tay. Tôi rất sốc, không hiểu chuyện gì đã xảy ra. Cô ấy không nói chuyện với tôi trong 1 tuần. Cuối cùng, bạn thân của cô ấy giải thích lí do với tôi. Hoá ra, hôm đó tôi đã bấm "thích" một ảnh có người yêu cũ của tôi. Tôi không chú ý điều này, vì đó là ảnh trong Instagram của một người bạn khác. Tôi đã phải giải thích với bạn gái rất lâu. Cuối cùng thật may vì cô ấy không giận nữa.	Sự việc xảy ra khi dùng mạng xã hội SNS 이용할 때 발생한 사건
Tôi nhớ việc này cả đời vì sự việc thì rất nhỏ nhưng hậu quả thì rất lớn. Từ đó, tôi phải kiểm tra rất kĩ trước khi làm bất kì điều gì trên mạng.	Lí do sự việc đó đáng nhớ 기억에 남는 이유

어휘			
kiểm tra 검사하다, 확인하다	bấm nút 누르다	đăng lên 올리다, 게시하다	nhắn tin 문자 보내다, 전해주다
chia tay 헤어지다	sốc 쇼크, 충격	xảy ra 발발하다, 일어나다	giải thích 설명하다, 해명하다
hoá ra 알고 보니 ~이었다	bấm 찍다, 누르다	giận 화내다	nhớ 기억하다, 생각해내다
hậu quả 안 좋은 결과	kĩ 신중히, 주의 깊게	bất kì 아무런, ~이든	trên mạng 인터넷

SNS와 관련하여 더 알아 두면 유용한 단어 2			
gợi ý chỉnh sửa 정보수정 제안	gửi phản hồi 의견 보내기	cài đặt quyền riêng tư 공개범위 설정	lưu bài viết 게시물 저장
ngôn ngữ 언어	quên mật khẩu 비밀번호 분실	tài khoản 계정	tìm kiếm bạn bè 친구 찾기
thông báo 알림	trang được đề xuất 추천 페이지	trung tâm trợ giúp 고객센터	ứng dụng (di động) 애플리케이션

Luyện tập 실전 연습

자신의 이야기를 만들어보세요.

SNS 이용 습관	
SNS 이용할 때 발생한 사건	
기억에 남는 이유	

예시 답안 해석

나는 카카오톡, 네이버, 페이스북, 인스타그램 등 많은 소셜 네트워크를 이용한다. 나는 친구들의 정보를 자주 확인하고 친구가 올린 모든 사진에 '좋아요' 버튼을 누른다.

어느 날 아침에 나는 SNS를 확인하고 친구들이 인스타그램에 올린 모든 사진에 "좋아요"를 눌렀다. 곧바로 여자 친구가 헤어지자고 문자를 보냈다. 나는 너무 놀랐고 무슨 일 때문인지 이해를 할 수 없었다. 여자친구는 나와 일주일 동안 이야기를 하지 않았다. 결국에는 그녀의 친한 친구가 나에게 이유를 설명해 줬다. 그날 내가 전 여자친구가 있는 사진에도 "좋아요"를 눌렀기 때문이었다. 친구의 인스타그램에 있었던 사진이었기 때문에 주의를 기울이지 않았었다. 여자친구에게 오랫동안 설명해야 했다. 그리고 다행히 그녀의 화가 풀렸다.

작은 일이지만 결과가 심각했기 때문에 기억에 오래 남았다. 그때부터 나는 인터넷을 사용할 때 어떠한 일이든지 신중히 확인하고 있다.

17
ĐÓNG VAI 1

OPIc

Phần 1. Hỏi các thông tin cần thiết để đặt phòng khách sạn

› 호텔 예약을 위해 필요한 정보를 물어보기

Phần 2. Giải thích tình huống để đổi ngày vé máy bay và hỏi các thông tin cần thiết

› 항공권 날짜 변경을 위해 상황을 설명하고 필요한 정보를 물어보기

Phần 3. Hỏi các thông tin cần thiết để tìm đồ vật thất lạc

› 분실물을 찾기 위한 필요한 정보를 물어보기

BÀI 17 ĐÓNG VAI 1

OPIc Phần 1. Hỏi các thông tin cần thiết để đặt phòng khách sạn
호텔 예약을 위해 필요한 정보를 물어보기

Câu hỏi 실전 질문

Hãy thử giả định là bạn cần đặt phòng khách sạn cho chuyến công tác sắp tới qua điện thoại. Hãy hỏi một vài câu liên quan đến thông tin loại phòng mà bạn muốn đặt.

Chuẩn bị 사전 준비

1. 브레인스토밍

답안 구성

Nói về các yêu cầu của bản thân.
요구사항을 이야기한다.

↓

Hỏi các thông tin cần thiết.
필요한 정보를 얻기 위해 질문을 물어본다.

↓

Kiểm tra thông tin và kết thúc hội thoại.
정보 확인 후 대화를 마무리한다.

2. 방 예약을 하기 위한 문장 연습

예시 문장들을 따라 읽어 보고 각자 상황에 맞춰 문장을 만들어보세요.

요구사항 이야기하기	Tôi muốn đặt ______ trong ______, từ ______ đến ______. ▶
필요한 정보 질문하기	Bên ______ có ______ nào? ▶ Nếu là ______ thì ______ quá. ▶ Chị còn phòng ở ______? ▶ Phòng đó ______ một đêm hả chị? ▶ Giá phòng đã ______ chưa? ▶ Khách sạn có ______ không? ▶ Tôi có thể ______ vào ______ nhỉ? ▶
정보 확인 후 마무리하기	Tôi sẽ đợi ______ ở sân bay vào ______. ▶

Bài mẫu 예시 답안

[해석: 348쪽]

Alô, chào chị. Tôi muốn đặt một phòng đơn trong 3 ngày, từ 12 đến 14 tháng 10.

Nói về các yêu cầu
요구사항 이야기하기

Bên chị có còn phòng đơn vào các ngày đó không? Bên chị có các phòng đơn hướng nào? Nếu là hướng biển thì tốt quá. Nếu hướng biển hết rồi thì chị còn phòng hướng núi không? Chị còn phòng ở tầng mấy? Tôi muốn phòng càng cao càng tốt. Vâng, cảm ơn chị. Phòng đó giá bao nhiêu tiền một đêm hả chị? Giá phòng đã bao gồm ăn sáng chưa? Khách sạn có dịch vụ đưa đón sân bay không? Chuyến bay của tôi sẽ hạ cánh vào lúc 10 giờ sáng ngày 12. Tôi có thể nhận phòng vào lúc mấy giờ nhỉ?

Hỏi thông tin cần thiết
필요한 정보 질문하기

Vâng cảm ơn chị, tôi sẽ đợi xe đón ở sân bay vào 10 giờ rưỡi sáng ngày 12. Chào chị.

Kiểm tra thông tin và kết thúc
정보 확인 후 마무리하기

어휘			
đặt 두다, 예약하다	phòng đơn 싱글룸	hướng 방향	hướng biển 해변 방향 / 해변 뷰
hướng núi 산 방향 / 마운틴 뷰	hết 끝나다, 다 사용하다	bao gồm 구성되다, 포함하다	ăn sáng 아침 식사
dịch vụ 서비스	đưa đón 보내고 맞이하다	sân bay 공항	chuyến bay 항공편
hạ cánh 착륙(하다)	nhận phòng 체크인(하다)	đợi 기다리다	xe đón 픽업 차

호텔과 관련하여 더 알아 두면 유용한 단어			
bảo quản đồ giá trị 귀중품 보관	dịch vụ cuộc gọi báo thức 모닝콜 서비스	dịch vụ giặt là 세탁 서비스	đồ dùng vệ sinh 세면도구
gửi hành lí 짐을 맡기다	khăn tắm 목욕 수건	phục vụ bữa sáng 조식 서비스	quầy lễ tân 프론트 데스크
số đặt phòng (방) 예약 번호	tắm hơi / sauna 사우나	tiền tip 팁	trả phòng 체크아웃(하다)

Luyện tập 실전 연습

자신의 이야기를 만들어보세요.

요구사항 이야기하기	
필요한 정보 질문하기	
정보 확인 후 마무리하기	

예시 답안 해석

여보세요, 안녕하세요. 저는 10월 12일부터 14일까지 3일간 싱글룸 하나를 예약하고 싶습니다.

그 기간에 남아 있는 싱글룸이 있습니까? 싱글룸들의 전망은 어떻게 됩니까? 바다 전망이면 좋겠습니다. 바다 전망이 없다면 산 전망은 아직 남아 있습니까? 남아 있는 방은 몇 층입니까? 고층일수록 좋습니다. 네, 감사합니다. 그 방은 1박에 얼마입니까? 객실 요금에 조식이 포함되어 있습니까? 공항 픽업 서비스가 있습니까? 비행기는 12일 오전 10시에 도착할 예정입니다. 몇 시부터 체크인을 할 수 있습니까?

감사합니다. 12일 오전 10시 반에 공항에서 픽업 차를 기다리겠습니다. 안녕히 계세요.

BÀI 17 ĐÓNG VAI 1

OPIc Phần 2. Giải thích tình huống để đổi ngày vé máy bay và hỏi các thông tin cần thiết
항공권 날짜 변경을 위해 상황을 설명하고 필요한 정보를 물어보기

Câu hỏi 실전 질문

Bây giờ tôi muốn nói cho bạn nghe về một tình huống và tôi muốn bạn diễn kịch theo tình huống đó. Tôi sẽ đọc cho bạn một tình huống bằng tiếng Việt và sau đó bạn sẽ diễn kịch theo nội dung đó bằng tiếng Việt. Sau đây là tình huống:
Bạn nhận được thông tin chuyến bay của bạn bị hoãn và có thể sẽ làm chậm kế hoạch của bạn. Hãy gọi điện đến phòng vé để giải thích tình huống và hỏi 3-4 câu về các thông tin cần thiết để đổi vé máy bay lên chuyến sớm hơn.

Chuẩn bị 사전 준비

1. 브레인스토밍

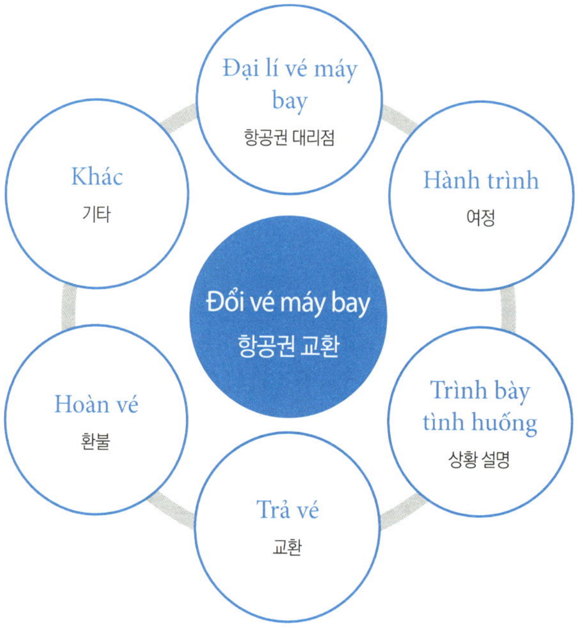

답안 구성

Xác nhận có đúng nơi bạn đang tìm hay không.
내가 찾는 곳이 맞는지 확인한다.

↓

Trình bày tình huống và nêu yêu cầu.
상황을 설명하고 요구사항을 이야기한다.

↓

Hỏi thông tin cần thiết để đổi vé.
비행기 표 변경에 필요한 정보를 물어본다.

2. 비행기 표 교환을 위한 문장 연습

예시 문장들을 따라 읽어 보고 각자 상황에 맞춰 문장을 만들어보세요.

찾는 곳이 맞는지 확인하기	A lô, chào chị, chị cho hỏi ______ có phải là ______ không ạ? ▶
상황 설명 및 요구사항 제시하기	Tôi đã đặt một vé ______ ______, đi ______ và về ______. ▶ Tôi nhận được thông báo chuyến bay từ ______ ngày ______ ______ vì ______. ▶ Tôi muốn ______. ▶
항공권 변경에 필요한 정보 물어보기	Chị có thể ______ giúp tôi có ______ nào ______ không? ▶ Chuyến bay đó đến ______ vào ______? ▶ Giá vé là ______? ▶ Tôi có cần ______ không? ▶ Tôi có cần ______ đến phòng vé để ______ không? ▶ Tôi sẽ ______ của chị. ▶

Bài mẫu 예시 답안

[해석: 354쪽]

Alô, chào chị, chị cho hỏi đây có phải là phòng vé không ạ?

> Xác nhận có đúng nơi bạn đang tìm hay không
> 찾는 곳이 맞는지 확인하기

Vâng, tôi có một việc rất gấp. Tôi đã đặt một vé khứ hồi Seoul-Hà Nội, đi ngày 13 và về ngày 17 tháng 8. Tôi nhận được thông báo chuyến bay từ Seoul đến Hà Nội ngày 13 bị hoãn vì lí do an ninh. Tôi không biết lí do chính xác. Tôi rất lo lắng, vì tôi cần tham dự một Gala Dinner rất quan trọng với đối tác vào buổi tối ngày 13. Tôi cần phải đến Hà Nội trước buổi tối đó. Tôi muốn đổi vé.

> Trình bày tình huống và nêu yêu cầu
> 상황 설명 및 요구사항 제시하기

Chị có thể kiểm tra giúp tôi có chuyến bay nào còn vé không ạ? Vâng, trước tối 13. Vâng, sáng sớm ngày 13 cũng được. Chuyến bay đó đến Hà Nội vào mấy giờ ạ? Giá vé là bao nhiêu hả chị? Tôi có cần trả phí đổi vé không? Tôi có cần mang hộ chiếu đến phòng vé để đổi vé không? À vâng, vậy tôi sẽ chờ email của chị. Cảm ơn chị, chào chị.

> Hỏi thông tin để đổi vé
> 항공권 변경에 필요한 정보 물어보기

어휘			
phòng vé 매표소, 판매점	gấp 접다, 급한, 긴박한	đặt 두다, 예약하다	khứ hồi 왕복(하다)
thông báo 통보하다, 통지하다	chuyến bay 항공편	hoãn 연기하다	an ninh 안전의
chính xác 정확한, 확실한	lo lắng 불안한, 걱정하다	tham dự 참석하다, 참여하다	kiểm tra 검사하다, 확인하다
còn 남다, 여전히	trả phí 돈을 내다	đổi vé 표를 교환하다	hộ chiếu 여권

공항과 관련하여 더 알아 두면 유용한 단어			
băng qua 가로지르다	hàng miễn thuế 면세품	hành lí kí gửi 부치는 수하물	hành lí xách tay 소지하는 수하물
khu đi 출발 구역	khu đến 도착 구역	nhân viên an ninh 보안 직원	quốc nội 국내
quốc tế 국제	thang cuốn 에스컬레이터	thang máy 엘리베이터	xe đẩy 카트

Luyện tập 실전 연습

자신의 이야기를 만들어보세요.

찾는 곳이 맞는지 확인하기	
상황 설명 및 요구사항 제시하기	
항공권 변경에 필요한 정보 물어보기	

예시 답안 해석

여보세요, 안녕하세요. 항공권 판매소가 맞나요?

네, 매우 급한 용무가 있습니다. 8월 13일에 출국하여 17일에 귀국하는 서울-하노이행 왕복 항공권을 예약했습니다. 안전상의 이유로 13일에 서울에서 하노이로 가는 비행기가 지연되었다는 연락을 받았습니다. 정확한 이유는 모르겠습니다. 저는 13일 저녁에 사업 파트너와의 매우 중요한 만찬에 반드시 참석해야 해서 매우 걱정이 됩니다. 하노이에 그날 저녁 전까지 도착해야 합니다. 항공권을 변경하고 싶습니다.

표가 남아 있는 항공편을 확인해 주실 수 있습니까? 네, 13일 저녁 전입니다. 13일 아침이어도 됩니다. 그 항공편은 하노이에 몇 시에 도착합니까? 항공권 가격은 얼마입니까? 항공권 교환 수수료를 지불해야 합니까? 항공권을 교환하기 위해 여권을 가지고 가야 합니까? 네, 그럼 이메일을 기다리겠습니다. 감사합니다. 안녕히 계세요.

BÀI 17 ĐÓNG VAI 1

OPIc Phần 3. Hỏi các thông tin cần thiết để tìm đồ vật thất lạc
분실물을 찾기 위한 필요한 정보를 물어보기

Câu hỏi 실전 질문

Xin lỗi, tôi có một vấn đề cần bạn giải quyết. Bạn để quên ví trên xe buýt. Hãy gọi cho bộ phận giao thông công cộng và hỏi họ có giữ chiếc ví của bạn không. Hãy đưa ra một số giải pháp để xử lí tình huống.

Chuẩn bị 사전 준비

1. 브레인스토밍

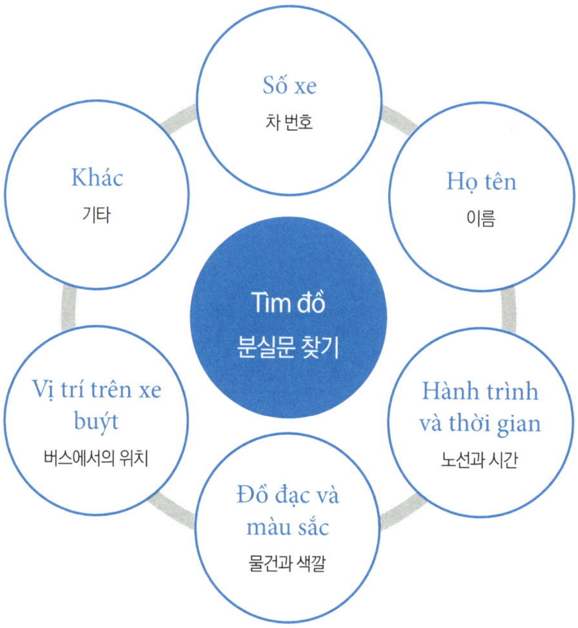

답안 구성

Xác nhận có đúng nơi bạn đang tìm hay không.
내가 찾는 곳이 맞는지 확인한다.

↓

Giải thích về đồ vật thất lạc.
분실물에 관해 설명한다.

↓

Hỏi thông tin cần thiết biết để nhận lại đồ.
분실물을 찾기 위해 질문한다.

2. 물건을 찾기 위해 필요한 문장 연습

예시 문장들을 따라 읽어 보고 각자 상황에 맞춰 문장을 만들어보세요.

찾는 곳이 맞는지 확인하기	Đây có phải là ______________ không? ▶ Tôi có một việc ______. ▶
분실물에 대해 설명하기	Tôi vừa đi chuyến xe buýt ______ từ ______ đến ______ vào lúc ______. ▶ Tôi để quên ______ ______. ▶ Chiếc ví ______, ______ đều của ______. ▶
분실물을 찾기 위해 질문하기	Anh cho tôi ______ và ______ của ______ được không? ▶ Hoặc nếu họ ______ với ______ của anh trước, thì anh gọi điện ngay cho tôi nhé. ▶

Bài mẫu 예시 답안

[해석: 360쪽]

Alô, đây có phải là trung tâm đồ thất lạc của hãng xe buýt không ạ? Vâng, tôi có một việc cần hỏi ạ.	Xác nhận có đúng nơi bạn đang tìm hay không 찾는 곳이 맞는지 확인하기
Tôi vừa đi chuyến xe buýt 147. Tôi để quên một chiếc ví trên hàng ghế cuối cùng. Không biết các anh có thấy chiếc ví và giữ nó không ạ?	Giải thích về đồ vật thất lạc 분실물에 대해 설명하기
À, chuyến xe chưa về bến cuối ạ? Vậy thì anh cho tôi số điện thoại và địa chỉ của bến cuối được không? Tôi có thể gọi hoặc đến đó trực tiếp. Hoặc nếu họ liên lạc với trung tâm của anh trước, thì anh gọi điện ngay cho tôi nhé. Tôi có thể đến bến cuối hoặc trung tâm của anh để lấy đồ. Giải pháp nào cũng được. Vâng, cảm ơn anh, chào anh.	Hỏi thông tin để nhận lại đồ 분실물을 찾기 위해 질문하기

어휘			
trung tâm đồ thất lạc 분실물 센터	hãng xe buýt 버스 회사	để quên 두다	hàng ghế 좌석
giữ 지키다, 유지하다	bến cuối 마지막 정거장	liên lạc 연락하다	giải pháp 해결 방법

분실물과 관련하여 더 알아 두면 유용한 단어			
bỏ quên 두고 가다	đồ nhặt được 습득물	đồ thất lạc 분실물	hình phạt bổ sung 가중처벌
mất 잃어버리다	nhặt 줍다	quản lí 관리하다	quy định xử lí 처리 규정
tiền thưởng 보상금, 사례금	thời gian thông cáo 공고 기간	trung tâm hỗ trợ 지원센터	xử lí 처리하다

Luyện tập 실전 연습

자신의 이야기를 만들어보세요.

찾는 곳이 맞는지 확인하기	
분실물에 대해 설명하기	
분실물을 찾기 위해 질문하기	

예시 답안 해석

여보세요, 여기가 버스회사 분실물 센터가 맞나요? 네, 여쭤보고 싶은 일이 있습니다. 제가 방금 147번 버스를 탔었습니다. 제가 마지막 좌석에 지갑을 두고 내렸습니다. 혹시 지갑을 발견해서 보관하고 계시나요?

아, 버스가 아직 마지막 정류장에 도착하지 않은 건가요? 혹시 마지막 정류장의 전화번호와 위치를 알 수 있습니까? 제가 전화하거나 직접 찾아갈 수 있습니다. 아니면 그쪽에서 먼저 연락이 오면 저에게 바로 전화 부탁드립니다. 마지막 정류장이나 (분실물) 센터 어디서든 물건을 받을 수 있습니다. 어떤 방법이든 다 괜찮습니다. 네, 감사합니다. 안녕히 계세요.

18

ĐÓNG VAI 2

OPIc

Phần 1. Đặt câu hỏi để có được thông tin về hội thảo mà bạn định tham gia

› 참석하고자 하는 세미나에 대한 정보를 얻기 위해 질문을 물어보기

Phần 2. Giải thích tình huống phải thay đổi kế hoạch và đề xuất phương án giải quyết

› 계획 변경을 해야 하는 상황을 설명하고 해결 방안을 제시하기

Phần 3. Giải thích lí do và tình huống trễ hẹn và đề xuất biện pháp giải quyết

› 약속에 늦은 이유와 상황을 설명하고 해결 방안을 제시하기

BÀI 18 ĐÓNG VAI 2

OPIc

Phần 1. Đặt câu hỏi để có được thông tin về hội thảo mà bạn định tham gia
참석하고자 하는 세미나에 대한 정보를 얻기 위해 질문을 물어보기

Câu hỏi 실전 질문

Bây giờ tôi muốn nói cho bạn nghe về một tình huống và tôi muốn bạn diễn kịch theo tình huống đó. Tôi sẽ đọc cho bạn một tình huống bằng tiếng Việt và sau đó bạn sẽ diễn kịch theo nội dung đó bằng tiếng Việt. Sau đây là tình huống:
Bạn muốn tham dự một buổi hội thảo để nâng cao trình độ chuyên môn. Hãy gọi cho ban tổ chức hội thảo để hỏi 3-4 câu hỏi về hội thảo và những điều cần làm để tham dự.

Chuẩn bị 사전 준비

1. 브레인스토밍

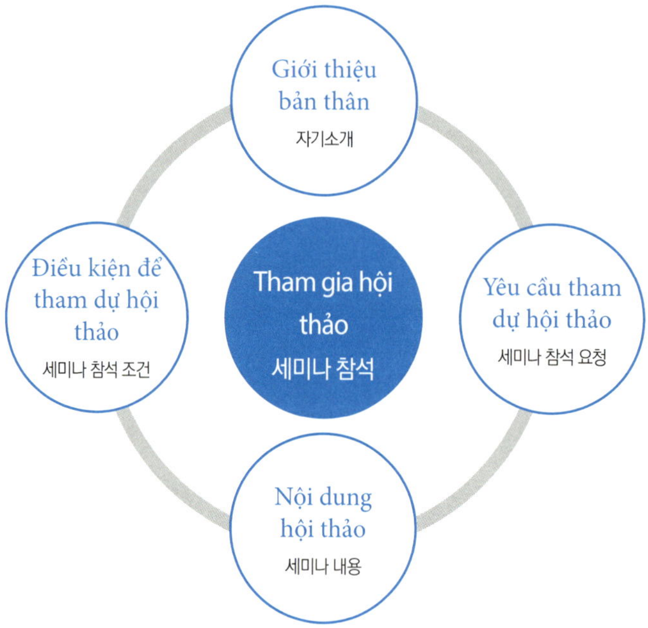

답안 구성

Giới thiệu bản thân và mong muốn dự hội thảo.
자기소개와 세미나 참석 의향을 밝힌다.

↓

Hỏi các thông tin cần thiết biết về hội thảo.
세미나에 대해 질문한다.

↓

Kết thúc hội thoại.
대화를 마무리한다.

2. 세미나 참석 요청을 위한 문장 연습

예시 문장들을 따라 읽어 보고 각자 상황에 맞춰 문장을 만들어보세요.

<table>
<tr><td rowspan="3">자기소개와 세미나 참석 의향 밝히기</td><td>Tôi là ____________.
▶</td></tr>
<tr><td>Tôi làm việc ở ________________.
▶</td></tr>
<tr><td>Tôi được biết ____________ sẽ tổ chức một buổi hội thảo về ________ ở __________ vào __________.
▶</td></tr>
<tr><td rowspan="3">세미나 참석을 위한 필요 정보 물어보기</td><td>Tôi muốn biết ____________ tin về hội thảo này.
▶</td></tr>
<tr><td>Chị cho hỏi, ________________________________?
▶</td></tr>
<tr><td>Xin chị cho biết thêm là tôi có thể _________________ trên website nào?
▶</td></tr>
<tr><td>대화 마무리하기</td><td>Cảm ơn ____________ của chị.
▶</td></tr>
</table>

Bài mẫu 예시 답안

[해석: 368쪽]

Chào chị, tôi là Jang Hyeon-su. Tôi làm việc ở công ti linh kiện điện tử Seoul. Tôi được biết các anh chị sẽ tổ chức một buổi hội thảo về khoa học điện tử ở Busan vào cuối năm nay.	Giới thiệu bản thân và mong muốn dự hội thảo 자기소개와 세미나 참석 의향 밝히기
Tôi muốn biết một số các thông tin về hội thảo này. Chị cho hỏi, hội thảo có các tiểu ban chuyên môn như thế nào ạ? Tôi cần gửi báo cáo trước bao lâu? Tôi có cần nộp phí tham gia hội thảo không? Ban tổ chức hội thảo có bố trí chỗ ăn chỗ ở cho các đại biểu không ạ? Xin chị cho biết thêm là tôi có thể tìm hiểu các thông tin khác về hội thảo trên website nào ạ?	Hỏi thông tin cần thiết về hội thảo 세미나 참석을 위한 필요 정보 물어보기
Vâng, cảm ơn các thông tin của chị. Chào chị.	Kết thúc hội thoại 대화 마무리하기

어휘			
linh kiện 부품	buổi hội thảo 세미나	khoa học điện tử 전자 과학	tiểu ban 분과
chuyên môn 전공, 전문	báo cáo 보고(하다)	nộp 내다, 제출하다	phí tham gia 참가 비용
bố trí 배열하다, 배치하다	chỗ ăn ở 숙식	đại biểu 대표, 대표자	tìm hiểu 고찰하다, 이해하다

세미나와 관련하여 더 알아 두면 유용한 단어			
bài phát biểu 발표문	bài thảo luận 토론문	đăng kí trước 사전등록	đơn đăng kí 신청서
góp ý 의견을 제시하다	huỷ bỏ 취소하다	người dẫn chương trình 사회자	người phát biểu 발표자
người thảo luận 토론자	phát biểu 발표하다	thảo luận 토론하다	thời gian đăng kí 신청 기간

Luyện tập 실전 연습

자신의 이야기를 만들어보세요.

자기소개와 세미나 참석 의향 밝히기	
세미나 참석을 위한 필요 정보 물어보기	
대화 마무리하기	

예시 답안 해석

안녕하세요, 저는 장현수라고 합니다. 서울 전자 부품 회사에서 근무하고 있습니다. 올해 말에 부산에서 전자 과학에 관한 세미나를 개최한다는 것을 알게 되었습니다. 이 세미나에 대한 몇 가지 정보를 알고 싶습니다.

세미나의 전문 분과는 어떻게 됩니까? 세미나 전에 발표문은 언제 제출해야 합니까? 세미나 참가비가 있습니까? 세미나 개최 측에서 참가자들에게 숙식을 제공해 줍니까? 세미나에 대한 기타 정보들은 어느 사이트에서 찾을 수 있는지 알려 주시겠습니까?

네, 여러 상황에 대해 알려주셔서 감사합니다. 안녕히 계세요.

BÀI 18 ĐÓNG VAI 2

OPIc Phần 2. Giải thích tình huống phải thay đổi kế hoạch và đề xuất phương án giải quyết
계획 변경을 해야 하는 상황을 설명하고 해결 방안을 제시하기

Câu hỏi 실전 질문

Xin lỗi, tôi có một vấn đề cần bạn giải quyết. Theo dự báo thời tiết, trời sẽ mưa to vào ngày mà bạn có kế hoạch đi dã ngoại cùng bạn bè. Hãy gọi điện cho bạn của bạn, giải thích chi tiết về vấn đề đó và tìm cách giải quyết.

Chuẩn bị 사전 준비

1. 브레인스토밍

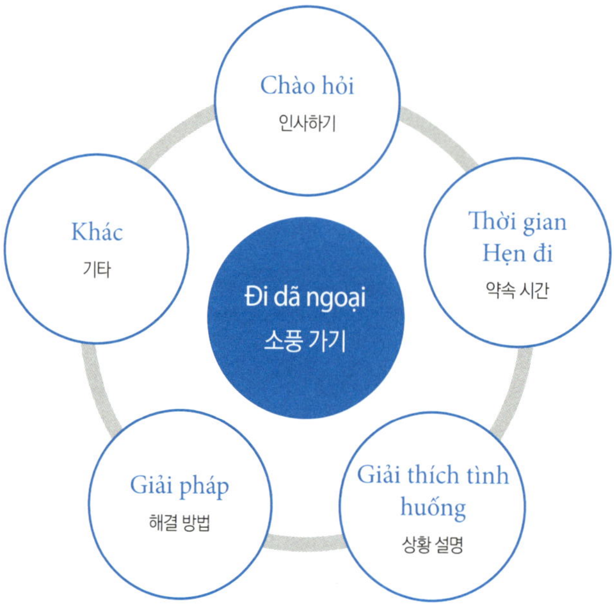

답안 구성

Chào hỏi xác nhận xem có đúng người bạn đang tìm hay không.
상대방이 맞는지 확인한다.

↓

Giải thích tình huống phải hủy kế hoạch.
계획을 취소해야 하는 상황을 설명한다.

↓

Đề xuất phương án giải quyết.
해결 방안들을 제시한다.

2. 계획 취소 상황을 설명하기 위한 문장 연습

예시 문장들을 따라 읽어 보고 각자 상황에 맞춰 문장을 만들어보세요.

<table>
<tr><td>상대방이 맞는지 확인하기</td><td>A lô, ____________ à?
▶</td></tr>
<tr><td>상황 설명하기</td><td>Mình nghe ____________, thấy bảo là ____________, ____________ đều ____________ đấy.
▶
Dự báo là có ____________.
▶
Cuối tuần này chúng mình có kế hoạch ____________.
▶
Chắc là kế hoạch ________________________.
▶</td></tr>
<tr><td>해결 방안 제시하기</td><td>Hay là chúng mình chuyển ____________ sang ____________.
▶
Hoặc là chúng mình ____________ và ____________ ở ____________.
▶</td></tr>
</table>

Bài mẫu 예시 답안

[해석: 374쪽]

A lô, Jin-young à?

Mình nghe dự báo thời tiết, thấy bảo là cuối tuần này, cả 2 ngày thứ 7 và chủ nhật đều mưa to đấy. Dự báo là có bão. Cuối tuần này chúng mình có kế hoạch leo núi Dobongsan và cắm trại, ăn BBQ ngoài trời. Chắc là kế hoạch không thực hiện được rồi.

Hay là chúng mình chuyển dã ngoại sang cuối tuần sau. Dự báo thời tiết cuối tuần sau trời đẹp lắm. Nếu các bạn khác không muốn chuyển thời gian, thì cuối tuần này chúng mình không đi dã ngoại nữa. Chúng mình tập trung ở nhà một bạn chơi và ăn uống ở đó nhé. Hoặc là chúng mình đi mua sắm và xem phim ở trung tâm thương mại. Như thế thì không sợ bị mưa. Tớ sẽ gọi cho các bạn khác để hỏi ý kiến. Chào cậu.

Chào hỏi xác nhận xem có đúng người bạn đang tìm hay không
상대방이 맞는지 확인하기

Giải thích tình huống
상황 설명하기

Đề xuất phương án giải quyết
해결 방안 제시하기

어휘			
dự báo thời tiết 일기 예보	bảo là 말하기를	dự báo 예보, 예측	bão 태풍
kế hoạch 계획	cắm trại 야영, 캠핑	ngoài trời 밖에서, 야외에서	thực hiện 실현하다, 실행하다
chuyển A sang B A에서 B로 바꾸다	dã ngoại 소풍, 나들이	chuyển 옮기다, 건네주다	tập trung 집중(하다)
hoặc là 또는, 혹시, 아마도	trung tâm thương mại 쇼핑센터	như thế thì 그러면, 그렇다면	ý kiến 의견

예약/약속과 관련하여 더 알아 두면 유용한 단어			
hạng mục thay đổi 변경사항	huỷ bỏ tự động 자동취소	huỷ đặt trước 예약 취소	khách đợi 대기자
lí do huỷ bỏ 취소 사유	nội dung thông báo 공지사항	tiền bồi thường huỷ hợp đồng 위약금	tiền đặt cọc 예약금
thay đổi ngày đặt 예약일 변경	thông cảm 양해하다	thời gian huỷ bỏ 취소 기한	thứ tự ưu tiên 우선순위

Luyện tập 실전 연습

자신의 이야기를 만들어보세요.

상대방이 맞는지 확인하기	
상황 설명하기	
해결 방안 제시하기	

예시 답안 해석

여보세요, 진영이 맞지?

내가 일기 예보에서 이번 주말 토요일과 일요일 내내 폭우가 쏟아질 거라고 들었어. 태풍이 온다고 예상된대. 이번 주말에 우리가 도봉산 등산과 캠핑, 야외 바비큐 계획이 있잖아. 계획이 진행될 수 없을 것 같아.

아니며 우리 다음 주말에 소풍 가기로 변경할까? 일기 예보에서 다음 주는 날씨가 아주 좋대. 다른 친구들이 시간을 변경하고 싶지 않다고 하면 주말에 소풍은 가지 않기로 해. 우리가 친구 한 명 집에 모여서 밥을 먹도록 하자. 아니면 쇼핑몰에서 쇼핑하거나 영화를 보러 가자. 그러면 비 걱정은 안 해도 될 거 같아. 다른 친구들에게도 전화해서 의견을 물어볼게. 안녕.

BÀI 18 ĐÓNG VAI 2

OPIc Phần 3. Giải thích lí do và tình huống trễ hẹn và đề xuất biện pháp giải quyết
약속에 늦은 이유와 상황을 설명하고 해결 방안을 제시하기

Câu hỏi 실전 질문

Xin lỗi, tôi có một vấn đề cần bạn giải quyết. Bạn có hẹn đi xem phim với bạn bè và bạn cầm tất cả vé, nhưng bạn bị trễ xe buýt và có thể không đến đúng giờ. Hãy gọi điện cho một người bạn của bạn để giải thích tình huống xảy ra. Hãy đề xuất hai phương án khác nhau để giải quyết tình huống này.

Chuẩn bị 사전 준비

1. 브레인스토밍

답안 구성

Chào hỏi xác nhận xem có đúng người bạn đang tìm không.
상대방이 맞는지 확인한다.

↓

Giải thích tình huống.
문제 상황을 설명한다.

↓

Để xuất biện pháp giải quyết.
해결 방안들을 제시한다.

2. 문제 상황 해결을 위한 문장 연습

예시 문장들을 따라 읽어 보고 각자 상황에 맞춰 문장을 만들어보세요.

상대방이 맞는지 확인하기	A lô, ________ à? ▶ Mình ________ đây. ▶
문제 상황 설명하기	Mình bị ________ rồi. ▶ Mình đang phải đợi ________ tiếp theo. ▶ Mình sợ là ________. ▶ Vấn đề là ________. ▶
해결 방안 제시하기	Mình nghĩ là mình sẽ ________ và ________. ▶ Nếu được chấp nhận, ________. ▶ Nếu không được chấp nhận ________. ▶ Cậu hỏi ngay ________ mình nhé. ▶

Bài mẫu 예시 답안

[해석: 380쪽]

Alo, Min-su à? Mình đây.	Chào hỏi xác nhận xem có đúng người bạn đang tìm không 상대방이 맞는지 확인하기
Mình đang đứng ở bến xe buýt. Mình đến rạp chiếu phim để xem phim cùng các cậu nhưng mình bị lỡ xe buýt rồi. Mình đang phải đợi chuyến xe buýt tiếp theo. 15 phút nữa xe mới tới. Mình sợ là không đến đúng giờ buổi chiếu phim được. Vấn đề là mình đang cầm tất cả vé của mọi người.	Giải thích tình huống 문제 상황 설명하기
Mình nghĩ là mình sẽ chụp ảnh tất cả các vé và gửi cho cậu. Cậu giải thích với nhân viên rạp chiếu phim xem có được chấp nhận không. Nếu được chấp nhận, các cậu vào xem phim trước. Khi mình đến, mình sẽ đưa cho họ vé chính thức sau. Nếu không được chấp nhận, mình sẽ gọi taxi để đến đúng giờ. Cậu hỏi ngay nhân viên giúp mình nhé. Chào cậu.	Để xuất biện pháp giải quyết 해결 방안 제시하기

어휘			
đứng 서다, 일어서다	bến xe buýt 버스 정류장	rạp chiếu phim 영화관	bị lỡ xe buýt 버스를 놓치다
chuyến xe buýt 버스 (운행) 편	tiếp theo 다음의, 계속되는	kế tiếp 따르다, 계승하다	vấn đề 문제
cầm 잡다, 손에 들다	giải thích 설명하다, 해석하다	chấp nhận 수락하다, 받아들이다	chính thức 공식적인

영화상영과 관련하여 더 알아 두면 유용한 단어			
ngừng chiếu sớm 조기종영	buổi ra mắt chiếu 시사회	độ nhận biết 인지도	nhà đầu tư 투자자
Trailer (đoạn quảng cáo phim) 예고편	phim suất khuya 심야 영화	phim suất sớm 조조 영화	phụ đề 자막
sự chiếu lại 재상영	sự lồng tiếng 더빙	phần tiếp theo 속편	vé mời 초대권

Luyện tập 실전 연습

자신의 이야기를 만들어보세요.

상대방이 맞는지 확인하기	
문제 상황 설명하기	
해결 방안 제시하기	

예시 답안 해석

여보세요, 민수 맞지? 나야.

내가 버스 정류장에 있어. 너희들과 영화를 보기 위해 영화관으로 가려고 했는데 버스를 놓쳐서 다음 버스를 기다리고 있어. 15분 후에야 버스가 도착할 거 같아. 영화가 상영하는 시간에 도착하지 못할 것 같아 걱정이야. 문제는 내가 모든 티켓을 가지고 있는 거야.

내 생각에 티켓을 찍어서 너에게 보내면 어떨까 싶어. 이렇게 해서 통과할 수 있는지 영화관 직원에게 설명해줄래. 받아주면 너희가 먼저 영화를 보러 들어가. 내가 도착해서 티켓을 낼게. 받아주지 않으면 정시에 도착하도록 택시를 탈게. 직원에게 바로 물어봐 줘. 고마워.

19
ĐÓNG VAI 3

OPIc

Phần 1. Nói về tình huống ở triển lãm sách và hỏi thông tin để tặng sách

▸ 도서 박람회의 상황을 이야기하고 책을 선물하기 위한 정보를 물어보기

Phần 2. Sau khi kiểm tra sản phẩm đã mua, đề xuất trả hàng và hoàn tiền

▸ 구매한 상품을 확인한 후 반품과 환불을 요청하기

Phần 3. Giải thích lí do không dự tiệc gia đình và đề xuất phương án khác

▸ 집안 행사 참석하지 못하는 이유를 설명하고 대안을 제시하기

BÀI 19 ĐÓNG VAI 3

OPIc Phần 1. Nói về tình huống ở triển lãm sách và hỏi thông tin để tặng sách
도서 박람회의 상황을 이야기하고
책을 선물하기 위한 정보를 물어보기

Câu hỏi 실전 질문

Tôi sẽ đưa cho bạn một tình huống để bạn giải quyết.
Bạn đang ở một triển lãm sách và muốn mua sách tặng người thân của bạn. Hãy gọi điện cho một người thân và hỏi 3-4 câu về loại sách mà người đó thích.

Chuẩn bị 사전 준비

1. 브레인스토밍

답안 구성

Giải thích tình huống ở triển lãm sách.
도서 박람회의 상황을 설명한다.

↓

Trình bày mong muốn mua tặng sách.
책 선물을 하고 싶음을 이야기한다.

↓

Hỏi về loại sách người thân yêu thích.
좋아하는 책에 관하여 물어본다.

2. 도서 박람회 및 책 선물 의향을 묻기 위해 필요한 문장 연습

예시 문장들을 따라 읽어 보고 각자 상황에 맞춰 문장을 만들어보세요.

도서 박람회 설명하기	Anh đang ở Triển lãm sách của ______ . ▶ Triển lãm hay quá, có ______ . ▶ Triển lãm cũng ______ . ▶
선물을 하고 싶음을 알리기	Nếu hôm nay em ______ , chắc là em ______ . ▶ Anh ______ cho em. ▶
좋아하는 책에 대한 정보 물어보기	Em muốn mua ______ nào? ▶ Em muốn mua sách ______ hay ______ ? ▶ Em có muốn mua sách của ______ nào không? ▶ Em có muốn mua quyển sách nào ______ . ▶

Bài mẫu 예시 답안

[해석: 388쪽]

Alô, Sung-min à? Anh đang ở Triển lãm sách. Triển lãm hay quá, có rất nhiều tác giả đến nói chuyện với độc giả. Triển lãm cũng bán nhiều sách mới lắm. Tiếc thế, em không tham dự được.	Giải thích tình huống ở triển lãm sách 도서 박람회 설명하기
Nếu hôm nay em ở đây, chắc là em sẽ mang về cả núi sách. Anh muốn mua vài quyển cho em.	Trình bày mong muốn mua tặng sách 선물을 하고 싶음을 알리기
Ở đây có đủ thể loại sách. Em muốn mua thể loại nào? Em có muốn mua sách của tác giả nào không? Em muốn mua sách tiếng nước ngoài hay tiếng Hàn Quốc? Em có muốn mua quyển sách nào cụ thể không? Em cứ nói cho anh biết nhé. Anh sẽ mua về cho em.	Hỏi về loại sách người thân yêu thích 좋아하는 책에 대한 정보 물어보기

어휘			
triển lãm sách 도서 박람회	triển lãm 전람회, 전시회	tác giả 작가	độc giả 독자
tiếc 후회하다, 아쉬워하다	tham dự 참가하다, 참여하다	chắc là 아마도	cả núi sách 많은 책, 산더미의 책
vài 몇몇의	thể loại 장르	cụ thể 구체적인	cứ 계속하다

서적과 관련하여 더 알아 두면 유용한 단어			
bán chạy 잘 팔리다	bản thảo 원고	bi kịch 비극	biên dịch 번역(하다)
biên tập 편집(하다)	hài kịch 희극	ngừng xuất bản 절판, 폐간	nhà xuất bản 출판사
nhân vật xuất hiện 등장인물	phê bình 비평(하다)	sách báo cũ 중고 서적	sách mới xuất bản 신간 서적

Luyện tập 실전 연습

자신의 이야기를 만들어보세요.

도서 박람회 설명하기	
선물을 하고 싶음을 알리기	
좋아하는 책에 대한 정보 물어보기	

예시 답안 해석

여보세요, 성민이니? 내가 지금 도서 박람회에 와있어. 전시회가 너무 재미있고 많은 작가들이 독자와의 대화를 위해 와 있어. 많은 신규 도서들도 판매하고 있어. 네가 참여하지 못해서 너무 아쉬워.

네가 여기에 왔으면 책을 잔뜩 사서 가지고 갔을 것 같아. 내가 너에게 책 몇 권을 사 주고 싶어.

여기에 모든 장르의 책들이 있어. 어떤 장르의 책을 사고 싶어? 어떤 작가의 책을 사고 싶어? 외서를 사고 싶어? 한국어책을 사고 싶어? 네가 구체적으로 사고 싶은 책이 있어? 나에게 편하게 알려줘. 너에게 사 주고 싶어.

BÀI 19 ĐÓNG VAI 3

OPIc Phần 2. Sau khi kiểm tra sản phẩm đã mua, đề xuất trả hàng và hoàn tiền
구매한 상품을 확인한 후 반품과 환불을 요청하기

Câu hỏi 실전 질문

Xin lỗi, tôi có một vấn đề cần bạn giải quyết. Bạn mua hàng online. Sau khi nhận đồ, bạn phát hiện nó không giống như quảng cáo trên mạng. Hãy gọi điện cho cửa hàng, giải thích chi tiết về vấn đề của bạn và sắp xếp để trả hàng và lấy lại tiền.

Chuẩn bị 사전 준비

1. 브레인스토밍

답안 구성

Xác nhận xem có đúng cửa hàng mà bạn đã mua hàng hay không.
물건을 산 매장이 맞는지 확인한다.

↓

Giải thích về tình huống và sản phẩm đã mua.
상황과 구매한 물건을 설명한다.

↓

Đề xuất yêu cầu trả hàng và hoàn tiền.
반품과 환불을 요청한다.

2. 상품을 교환하기 위한 문장 연습

예시 문장들을 따라 읽어 보고 각자 상황에 맞춰 문장을 만들어보세요.

구매한 매장이 맞는지 확인하기	Xin lỗi, chị cho tôi hỏi, đây có phải là cửa hàng ________ ạ? ▶
상황 설명하기	Hôm qua tôi đặt ________ của cửa hàng. ▶ Hôm nay tôi đã nhận được ________ đó. ▶ Tuy nhiên tôi thấy nó ________. ▶ Trong ảnh quảng cáo trên mạng, chiếc áo ________ và ________. ▶ Còn cái áo tôi nhận được thì ________. ▶ Tôi nghĩ là ________. ▶
제품의 반품과 환불 요청하기	Tôi muốn ________. ▶ Tôi sẽ gửi trả lại cái áo này ________. ▶ Đề nghị cửa hàng ________ cho tôi. ▶ Tôi sẽ nhắn cho cửa hàng ________. ▶

Bài mẫu 예시 답안

[해석: 394쪽]

Xin lỗi, chị cho tôi hỏi, đây có phải là cửa hàng quần áo Blue Bear không ạ?

Xác nhận xem có đúng cửa hàng mà bạn đã mua hàng hay không
구매한 매장이 맞는지 확인하기

Hôm qua tôi đặt một chiếc áo sơ mi của cửa hàng. Hôm nay tôi đã nhận được chiếc áo đó. Tuy nhiên tôi thấy nó không giống với hình ảnh trên mạng. Trong ảnh quảng cáo trên mạng, chiếc áo màu xanh nhạt và có kẻ sọc nhỏ. Còn cái áo tôi nhận được thì có màu xanh đậm và không có kẻ sọc. Ngoài ra, cửa hàng quảng cáo chiếc áo làm bằng chất liệu cốt tông (cotton) 100%. Nhưng tôi thấy chất liệu của chiếc áo này pha ni lông (nilon) rất nhiều. Tôi nghĩ là có sự nhầm lẫn.

Giải thích tình huống
상황 설명하기

Tôi muốn trả lại hàng và lấy lại tiền. Tôi sẽ gửi trả lại cái áo này trong hôm nay. Đề nghị cửa hàng chuyển khoản lại tiền cho tôi. Tôi sẽ nhắn cho cửa hàng số tài khoản. Xin cảm ơn.

Đề xuất yêu cầu trả hàng và hoàn
제품의 반품과 환불 요청하기

어휘			
đặt 두다, 예약하다	áo sơ mi 셔츠	giống với ~과/와 같다	hình ảnh 사진, 영상
màu xanh nhạt 옅은 초록색	kẻ sọc 줄무늬	màu xanh đậm 짙은 초록색	chất liệu 품질
cốt tông (cotton) 면	pha ni lông 나일론, 폴리에스터	nhầm lẫn 실수하다	trả lại 환불, 돌려주다
lấy lại 되찾다, 다시 잡다	đề nghị 제의, 제안하다	chuyển khoản 이체하다	số tài khoản 계좌번호

의류와 관련하여 더 알아 두면 유용한 단어			
áo khoác 재킷	áo len 스웨터	áo phông 티셔츠	áo sơ mi 남방, 셔츠
cắt ngắn 줄이다	cởi 벗다	đặt may 맞추다	giặt khô 드라이 클리닝하다
khâu 바느질하다	mặc 입다	nới rộng 늘리다	quàng 두르다
sửa quần áo 수선하다	tay áo 소매	tháo 풀다	thịnh hành 유행하다

Luyện tập 실전 연습

자신의 이야기를 만들어보세요.

구매한 매장이 맞는지 확인하기	
상황 설명하기	
제품의 반품과 환불 요청하기	

예시 답안 해석

실례지만, 여쭤볼 게 있는데 여기가 블루 베어 매장이 맞습니까?

제가 어제 여기 매장의 셔츠를 주문했고 오늘 셔츠를 받았습니다. 그런데 온라인 이미지와 같지 않은 것 같습니다. 온라인에서 본 셔츠는 하늘색에 작은 줄무늬가 있는 제품입니다. 그런데 제가 받은 셔츠는 어두운 남색에 줄무늬가 없습니다. 게다가 셔츠가 100% 면이라고 광고했지만 제가 보기에 폴리에스터가 많이 섞인 거 같습니다. 착오가 있었다고 생각합니다.

저는 상품을 반품하고 환불을 받고 싶습니다. 제가 오늘 중으로 셔츠를 보내겠습니다. 매장에서 저에게 계좌 이체해주세요. 계좌 번호는 문자로 보내겠습니다. 감사합니다.

BÀI 19 ĐÓNG VAI 3

OPIc Phần 3. Giải thích lí do không dự tiệc gia đình và đề xuất phương án khác
집안 행사 참석하지 못하는 이유를 설명하고 대안을 제시하기

Câu hỏi 실전 질문

Xin lỗi, tôi có một vấn đề cần bạn giải quyết. Bạn vừa phát hiện ra bạn phải đi làm vào ngày gia đình bạn tổ chức một bữa tiệc lớn. Hãy gọi cho một người trong gia đình bạn để giải thích về tình huống xảy ra. Và hãy đề xuất hai đến ba phương án để bạn có thể tham gia vào việc Chuẩn bị cho bữa tiệc.

Chuẩn bị 사전 준비

1. 브레인스토밍

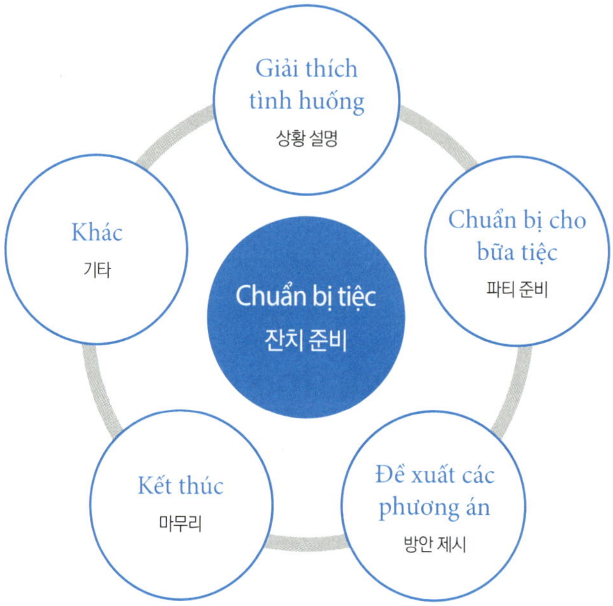

답안 구성

Giải thích tình huống không dự tiệc gia đình.
집안 행사에 참석하지 못하는 상황을 설명한다.

↓

Đề nghị muốn tham gia chuẩn bị bữa tiệc.
준비를 돕고 싶음을 이야기한다.

↓

Đề xuất các phương án khác.
해결 방안들을 제시한다.

2. 파티 준비를 위한 문장 연습

예시 문장들을 따라 읽어 보고 각자 상황에 맞춰 문장을 만들어보세요.

상황 설명하기	Con vừa nhận được ________ là sẽ phải đi ________. ▶ Vì thế, con ________. ▶
행사 준비를 돕고 싶음을 제의하기	Con thấy ________ lắm. ▶ Con có thể ________ được không ạ? ▶
해결 방안 제시하기	Ví dụ như ________. ▶ Phương án khác là ________. ▶ Một phương án nữa là ________. ▶ Mẹ thấy ________ tốt hơn cả? ▶

Bài mẫu 예시 답안

[해석: 400쪽]

Mẹ ơi, con đây. Con vừa nhận được thông báo của công ti là sẽ phải đi họp vào thứ bảy tuần này. Hôm đó, tổng giám đốc của công ti con sẽ dự họp. Vì thế, con không thể vắng mặt được. Thứ bảy này nhà mình tổ chức tiệc mừng thọ bà. Con không thể về được rồi.	Giải thích tình huống 상황 설명하기
Con thấy áy náy lắm. Con có thể tham gia vào việc chuẩn bị tiệc được không ạ?	Để nghị giúp chuẩn bị bữa tiệc 행사 준비를 돕고 싶음을 제의하기
Ví dụ như con sẽ mua các đồ ăn từ trước. Phương án khác là con sẽ chuẩn bị quà cho bà. Một phương án nữa là tối thứ 6 con sẽ về nhà giúp trang trí cho phòng tiệc trước. Mẹ thấy phương án nào tốt hơn cả ạ? Mẹ cho con biết ý kiến nhé. Con cảm ơn mẹ.	Để xuất các phương án khác 해결 방안 제시하기

어휘			
đi họp 회의에 가다	tổng giám đốc 총감독, 회장님	dự họp 회의에 참석하다	vắng mặt 결석의, 부재의
tiệc mừng thọ 환갑, 진갑 등 연회	áy náy 불안한, 걱정되는	phương án 방법, 방안	trang trí 장식하다

파티(연회)와 관련하여 더 알아 두면 유용한 단어			
đồ trang trí 장식품	giấy mời 초대장	lễ kỉ niệm 기념행사	nhà tổ chức 주최자
tiệc chào mừng 환영회	tiệc khai trương 개업 파티	tiệc sáng 조찬	tiệc tân gia 집들이
tiệc chia tay 송별회	tiệc tối 만찬	tiệc trưa 오찬	vật đáp lễ 답례품

Luyện tập 실전 연습

자신의 이야기를 만들어보세요.

상황 설명하기	
행사 준비를 돕고 싶음을 제의하기	
해결 방안 제시하기	

예시 답안 해석

엄마 저예요. 방금 회사에서 이번 주 토요일 회의에 참석해야 한다고 연락을 받았어요. 회장님께서 회의에 참석할 예정이라고 해요. 그래서 빠질 수가 없을 것 같아요. 이번 토요일에 집에서 하는 할머니 생신 잔치에 갈 수 없을 것 같아요.

정말 죄송해요. 제가 잔치 준비를 도울 수 있을까요?

예를 들어 제가 음식을 미리 사 놓을게요. 다른 방안으로는 제가 할머니 선물을 준비해도 좋을 것 같아요. 아니면 금요일 저녁에 집에 가서 장식을 돕도록 할게요. 엄마는 어떤 방법이 가장 좋다고 생각하세요? 엄마의 의견을 알려주세요. 감사해요.

20

ĐÓNG VAI 4

OPIc

Phần 1. Yêu cầu các thông tin để mua đồ dùng cần thiết cho thú cưng

› 필요한 애완동물 용품 구매를 위한 정보를 요청하기

Phần 2. Giải thích lí do vì sao không đến lớp và hỏi bài ôn tập

› 수업에 참석하지 못한 이유를 설명하고 수업 내용을 질문하기

Phần 3. Giải thích tình huống không thể tham dự cuộc họp do việc cá nhân và đề xuất phương án giải quyết

› 개인적인 일로 회의에 참석하지 못하는 상황을 설명하고 대안을 제시하기

BÀI 20 ĐÓNG VAI 4

OPIc Phần 1. Yêu cầu các thông tin để mua đồ dùng cần thiết cho thú cưng
필요한 애완동물 용품 구매를 위한 정보를 요청하기

Câu hỏi 실전 질문

Bạn hãy giả định là bạn định mua một số đồ cho thú cưng của bạn. Hãy gọi điện đến cửa hàng bán đồ cho thú cưng và hỏi một vài câu hỏi về thông tin liên quan đến sản phẩm mà bạn định mua.

Chuẩn bị 사전 준비

1. 브레인스토밍

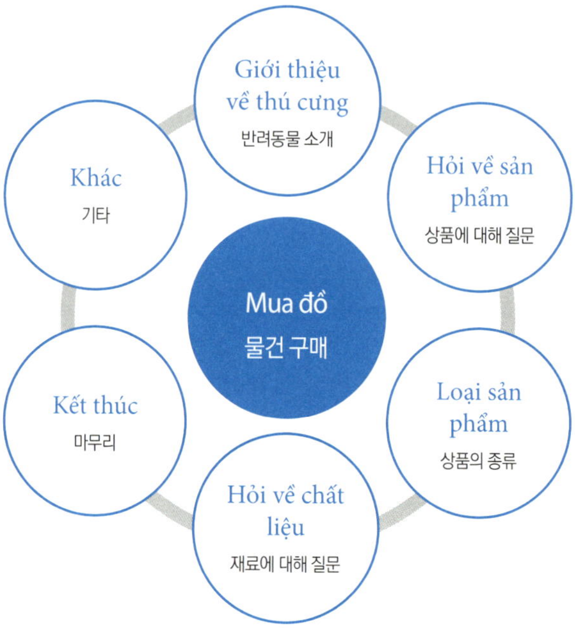

답안 구성

Giới thiệu thông tin của thú cưng để mua đồ.
용품 구매를 위해 애완동물을 소개한다.

↓

Hỏi thông tin cần thiết để mua hàng.
구매를 위해 물품 정보를 문의한다.

↓

Yêu cầu thông tin và kết thúc hội thoại.
정보 요청 후 마무리한다.

2. 상품 구매를 위한 문장 연습

예시 문장들을 따라 읽어 보고 각자 상황에 맞춰 문장을 만들어보세요.

애완동물 소개하기	Tôi đang muốn tìm mua một số đồ cho ________ nhà tôi. ▶
필요한 제품에 대해 질문하기	Chị có ________________ không? ▶ Ví dụ như ________, ________, ________, và ____________ nữa. ▶ Chị có ________________ cho ________? ▶
정보를 요청하고 마무리하기	Đồ chơi đó ________________? ▶ Đồ chơi đó sản xuất có ________ không? ▶

Bài mẫu 예시 답안

[해석: 408쪽]

Alô, đây có phải là cửa hàng bán đồ cho thú cưng không ạ? Tôi đang muốn tìm mua một số đồ cho con mèo nhà tôi. Tôi có một con mèo Anh lông dài.

Giới thiệu về thú cưng
애완동물 소개하기

Chị có các đồ vệ sinh cho mèo không? Ví dụ như túi lưới tắm mèo, cát vệ sinh cho mèo, phấn khử mùi cho mèo, và tã cho mèo nữa. Con mèo nhà tôi nặng gần 10 cân. Chị có loại tã phù hợp không? Ngoài ra, tôi cũng muốn mua một số đồ chơi cho nó. Chị có những loại đồ chơi gì cho mèo? Đồ chơi đó sản xuất ở đâu? Đồ chơi đó có nhỏ gọn không? Tôi cần các loại đồ chơi an toàn và không chiếm nhiều diện tích.

Hỏi về sản phẩm
필요한 제품에 대해 질문하기

Nhờ chị gửi thông tin các sản phẩm tôi vừa hỏi vào kakao talk giúp tôi. Cảm ơn chị.

Yêu cầu thông tin và kết thúc hội thoại
정보를 요청하고 마무리하기

어휘			
thú cưng 반려동물	lông 털	đồ vệ sinh 위생용품	ví dụ như 예를 들면
túi lưới tắm 샤워 그물망	cát vệ sinh (고양이) 모래	phấn khử mùi 탈취제	tã 기저귀
nặng 무거운, 몸무게	phù hợp 적합한	đồ chơi 장난감	sản xuất 생산하다
nhỏ gọn 작은, 압축된	an toàn 안전한	chiếm 점유하다, 차지하다	diện tích 넓이, 면적

애완동물과 관련하여 더 알아 두면 유용한 단어			
bác sĩ thú y 수의사	bệnh viện thú y 동물병원	chăm sóc tạm thời 임시 보호하다	chuồng thú di động 이동장
chó bị bỏ rơi 유기견	đồ cho thú cưng 애완동물 용품	mèo bị bỏ rơi 유기묘	nhận nuôi 입양하다
quán cà phê chó / mèo 애완동물 카페	quản gia mèo 고양이 집사	trung tâm bảo hộ thú cưng (bị bỏ rơi) 유기 동물 센터	việc tiêm phòng 예방접종

Luyện tập 실전 연습

자신의 이야기를 만들어보세요.

애완동물 소개하기	
필요한 제품에 대해 질문하기	
정보를 요청하고 마무리하기	

예시 답안 해석

여보세요, 반려동물 용품을 판매하는 매장이 맞나요? 고양이를 위해 몇 가지 물건을 사려고 합니다. 저는 털이 긴 영국 고양이 한 마리를 기르고 있습니다.

고양이를 위한 위생용품이 있습니까? 고양이 목욕 그물망, 고양이 모래, 고양이 탈취제 그리고 고양이 기저귀입니다. 저희 고양이는 10킬로입니다. 맞는 기저귀가 있습니까? 그리고 장난감도 몇 개 구입하고 싶습니다. 고양이를 위한 장난감에는 어떤 종류가 있습니까? 그 장난감은 어디에서 만들어졌습니까? 장난감은 작은 편입니까? 저는 안전한 장난감이 필요하고 많은 공간을 차지하지 않으면 좋겠습니다.

방금 문의한 정보들을 카카오톡으로 받고 싶습니다. 감사합니다.

BÀI 20 ĐÓNG VAI 4

OPIc Phần 2. Giải thích lí do vì sao không đến lớp và hỏi bài ôn tập
수업에 참석하지 못한 이유를 설명하고 수업 내용을 질문하기

Câu hỏi 실전 질문

Bây giờ tôi muốn nói cho bạn nghe về một tình huống và tôi muốn bạn diễn kịch theo tình huống đó. Tôi sẽ đọc cho bạn một tình huống bằng tiếng Việt và sau đó bạn sẽ diễn kịch theo nội dung đó bằng tiếng Việt. Sau đây là tình huống:
Hôm nay là buổi học cuối cùng của bạn trong học kì này và cô giáo sẽ cho cả lớp ôn tập. Nhưng bạn bị ốm, không thể tham gia buổi học. Hãy gọi điện cho cô giáo trình bày hoàn cảnh của bạn và hỏi cô 3-4 câu về nội dung ôn tập.

Chuẩn bị 사전 준비

1. 브레인스토밍

답안 구성

Giới thiệu bản thân.
자신을 소개한다.

↓

Trình bày hoàn cảnh và mục đích gọi điện.
문제 상황과 전화 목적을 설명한다.

↓

Hỏi về nội dung ôn tập.
수업 내용을 질문한다.

2. 복습 내용을 문의하기 위한 문장 연습

예시 문장들을 따라 읽어 보고 각자 상황에 맞춰 문장을 만들어보세요.

자기소개하기	Em là ____________, sinh viên lớp cô dạy ____________. ▶
문제 상황과 전화 목적 설명하기	Em ____________ nên ____________. ▶ Em gọi điện để ____________ cô cho em ____________. ▶
수업 내용 질문하기	Em xin phép hỏi cô về ________________________. ▶ Nội dung ôn tập có ____________ không ạ? ▶ Trong phần ôn tập chỉ có ____________ hay có ____________ ạ? ▶ Em có cần ________________________ không ạ? ▶

Bài mẫu 예시 답안

[해석: 414쪽]

Alô, em chào cô ạ. Em là Ji-hyeon, sinh viên lớp cô dạy sáng mai.	Giới thiệu bản thân 자기소개하기
Em bị ngã cầu thang nên bị trẹo chân. Bây giờ chân em bị sưng rất to và bác sĩ nói là cần phải cố định. Em sẽ phải nghỉ học vài ngày. Em gọi điện để xin phép cô cho em nghỉ buổi học ngày mai ạ.	Trình bày hoàn cảnh và mục đích gọi điện 문제 상황과 전화 목적 설명하기
Mai là buổi ôn tập nội dung thi học kì. Em rất tiếc vì không thể tham dự được. Em xin phép hỏi cô về nội dung ôn tập. Nội dung ôn tập có bao gồm các bài đọc thêm không ạ? Trong phần ôn tập chỉ có lí thuyết hay có cả bài tập ạ? Em có cần ôn tập các bài của nửa học kì trước không ạ? Em cảm ơn cô đã giải thích rõ ràng cho em. Em chào cô ạ.	Hỏi về nội dung ôn tập 수업 내용 질문하기

어휘			
bị ngã 넘어지다	cầu thang 계단	bị trẹo chân 삐끗하다, 탈구되다	bị sưng 붓다
cố định 고정하다	xin phép 허락을 구하다	ôn tập 복습(하다)	nội dung 내용
học kì 학기	bài đọc 독해	lí thuyết 이론, 학설	rõ ràng 명확한, 명백하게

학습과 관련하여 더 알아 두면 유용한 단어			
bảo vệ (luận văn) 논문 발표하다	bị trượt 낙제하다	có mặt 출석하다	cử nhân 학사
đỗ 합격하다	học bổng 장학금	học vị 학위	khai giảng 개강하다
nghỉ học 휴학하다	nhà ăn sinh viên 학생 식당	thạc sĩ 석사	vắng mặt 결석하다

Luyện tập 실전 연습

자신의 이야기를 만들어보세요.

자기소개하기	
문제 상황과 전화 목적 설명하기	
수업 내용 질문하기	

예시 답안 해석

여보세요, 선생님 안녕하세요. 선생님께서 내일 오전 강의하시는 반 학생인 지현입니다.

제가 계단에서 넘어져 다리를 다쳤습니다. 지금 다리가 많이 부었고 의사 선생님의 소견으로는 깁스해야 한다고 합니다. 며칠 정도 결석하게 될 것 같습니다. 내일 수업 결석에 대해 허락을 받고 싶습니다.

내일 기말시험 내용을 복습하는 수업인데 수업에 참석하지 못해 너무 아쉽습니다. 선생님께 복습 내용에 관해 물어보고 싶습니다. 복습 내용에 독해가 포함되나요? 복습 부분에 이론만 있나요? 아니면 과제도 있나요? 이전 반 학기의 내용도 복습해야 하나요? 명확하게 설명해 주셔서 감사합니다. 안녕히 계세요.

BÀI 20 ĐÓNG VAI 4

OPIc

Phần 3. Giải thích tình huống không thể tham dự cuộc họp do việc cá nhân và đề xuất phương án giải quyết

개인적인 일로 회의에 참석하지 못하는 상황을 설명하고 대안을 제시하기

Câu hỏi 실전 질문

Bây giờ tôi muốn nói cho bạn nghe về một tình huống và tôi muốn bạn diễn kịch theo tình huống đó. Tôi sẽ đọc cho bạn một tình huống bằng tiếng Việt và sau đó bạn sẽ diễn kịch theo nội dung đó bằng tiếng Việt. Sau đây là tình huống:
Hôm nay công ty bạn có một cuộc họp quan trọng và bạn đang cầm tài liệu của buổi họp. Nhưng gia đình bạn có việc đột xuất và bạn sẽ đến họp muộn. Hãy gọi điện cho sếp giải thích lí do của bạn và đề xuất 2-3 phương án để giải quyết tình huống.

Chuẩn bị 사전 준비

1. 브레인스토밍

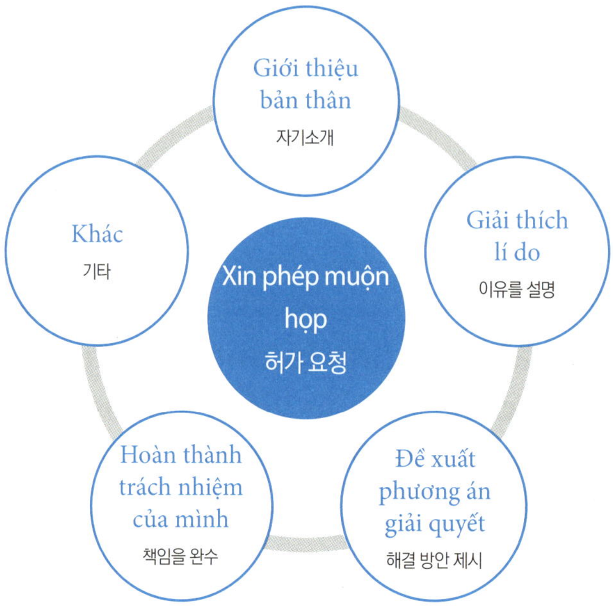

답안 구성

Giới thiệu bản thân.
자신이 누구인지 밝힌다.

↓

Giải thích lí do vì sao gọi điện.
전화를 건 이유를 설명한다.

↓

Đề xuất phương án giải quyết.
해결 방안을 제시한다.

2. 회의 참석에 늦는 이유와 책임 완수를 위해 필요한 문장 연습

예시 문장들을 따라 읽어 보고 각자 상황에 맞춰 문장을 만들어보세요.

자신이 누구인지 밝히기	Tôi là ____________ thuộc ____________. ▶
전화를 건 이유 설명하기	2 giờ chiều nay có ____________ với ____________ do ____________ điều hành. ▶ Theo kế hoạch, tôi ____________ để ____________. ▶ Nhưng ____________________. ▶
해결 방안 제시하기	Tôi có ____________, nên tôi có thể ____________ để ____________. ▶ Phương án khác là tôi ________________________. ▶ Tôi xin đảm bảo ________________________. ▶

Bài mẫu 예시 답안

[해석: 420쪽]

Alô, chào phó giám đốc Kim ạ. Tôi là Lee Song-hwan thuộc bộ phận thư kí.	Giới thiệu bản thân 자신이 누구인지 밝히기
Tôi có việc quan trọng cần báo cáo phó giám đốc. 2 giờ chiều nay có một cuộc họp với đối tác do phó giám đốc điều hành. Theo kế hoạch, tôi sẽ có mặt từ 1 giờ để chuẩn bị cho cuộc họp. Nhưng gia đình tôi có việc đột xuất. Vợ tôi chuẩn bị sinh. Tôi đang phải đưa vợ tôi đến bệnh viện gấp. Tôi không thể đến cuộc họp chiều nay được. Tôi xin lỗi phó giám đốc.	Giải thích lí do gọi điện 전화를 건 이유 설명하기
Tôi đang cầm các tài liệu của buổi họp chiều nay. Tôi có tài liệu trong email, nên tôi có thể gửi đến phòng thư kí để các đồng nghiệp in ra. Phương án khác là tôi sẽ gọi cho trưởng phòng trong phòng thư kí. Tôi sẽ nhờ anh ấy đến nhà tôi để lấy tài liệu. Tôi xin đảm bảo sẽ gửi đầy đủ tài liệu đến giám đốc trước buổi họp. Cảm ơn phó giám đốc. Chào phó giám đốc.	Đề xuất phương án giải quyết 해결 방안 제시하기

어휘			
phó giám đốc 부사장	thuộc 속하다	bộ phận 부서	thư kí 비서
quan trọng 중요한	điều hành 다루다, 운영하다	có mặt 참석하다	đột xuất 갑자기, 돌출하다
chuẩn bị sinh 출산을 준비하다	gấp 급한, 긴박한, 접다	tài liệu 문서, 자료	phòng thư kí 비서실
đồng nghiệp 동료, 동업의	trưởng phòng 실장	đảm bảo 보증하다, 확보하다	đầy đủ 충분한, 흡족한

회사/업무와 관련하여 더 알아 두면 유용한 단어			
đàm phán 협상하다	đầu tư 투자하다	đình công 파업하다	giao dịch 거래(교역)하다
lợi nhuận 이익, 이윤	lưu thông / phân phối 유통하다	ngân sách 예산	giá gốc 원가
nhập khẩu 수입하다	phụ trách ~을/를 맡다	sản xuất 생산(제조)하다	sáp nhập 합병하다
tăng trưởng 성장하다	tiêu dùng 소비하다	thăng chức 승진(진급)하다	xuất khẩu 수출하다

Luyện tập 실전 연습

자신의 이야기를 만들어보세요.

자신이 누구인지 밝히기	
전화를 건 이유 설명하기	
해결 방안 제시하기	

예시 답안 해석

여보세요, 부사장님 안녕하세요. 저는 비서실의 이승환입니다.

부사장님께 보고 드려야 할 중요한 일이 생겼습니다. 오늘 오후 2시에 부사장님께서 진행하시는 파트너 회의가 있습니다. 계획대로라면 오후 1시에 미리 도착하여 회의를 준비해야 합니다. 그런데 집에 급한 일이 생겼습니다. 아내가 곧 출산할 것 같습니다. 제가 지금 급하게 아내를 병원으로 데리고 가고 있습니다. 그래서 오늘 오후 회의에 참석하지 못할 것 같습니다. 정말 죄송합니다.

제가 오늘 회의 자료를 가지고 있습니다. 제 이메일에 자료가 있어서 동료에게 인쇄를 할 수 있도록 비서실에 보내겠습니다. 또 다른 방안으로는 비서실 실장님에게 전화하겠습니다. 제가 실장님에게 우리 집에 가서 필요한 자료를 가져가 달라고 부탁하도록 하겠습니다. 회의 전에 모든 자료를 부사장님께 보내겠습니다. 감사합니다, 부사장님. 안녕히 계세요.

한 번에 합격하는 대비서

OPIc

베트남어 IM

본 교재는 OPIc 주관사 ㈜멀티캠퍼스와 한국외국어대학교 지식출판콘텐츠원이 공동개발한 OPIc 베트남어 시리즈 교재임을 알려드립니다.

저자 소개

• 이현정

2012년 ~ 2015년	대구가톨릭대학교 외국어교육원 베트남어 강사
2016년 ~ 현재	사이버한국외국어대학교 베트남·인도네시아학부 강사
2014년 ~ 현재	서울대학교 아시아언어문명학부 강사

• Đỗ Hồng Dương

2006년 ~ 현재	국립하노이인문사회과학대학교 언어학과 조교수
2008년	중국 광시국립대학교 교수
2012년	미국 캘리포니아 대학교(UCLA) 연구교수
2017년 ~ 2018년	한국외국어대학교 베트남어과 외국인 교수
2019년 ~ 현재	도쿄외국어대학 연구교수

한 번에 합격하는 대비서

OPIc 베트남어 IM

초판 인쇄	2021년 1월 25일
초판 발행	2021년 2월 1일
지은이	이현정, Đỗ Hồng Dương
발행인	윤성우 Director, University Knowledge Press
편집장	신선호 Executive Knowledge Contents Creator
전자책 · 도서편집	장혜린 Contents Creator
도서편집	이근영 Contents Creator
재무관리	조아라 Managing Creator
발행처	한국외국어대학교 지식출판콘텐츠원 02450 서울특별시 동대문구 이문로 107 전화 02)2173-2493~7 팩스 02)2173-3363 홈페이지 http://press.hufs.ac.kr 전자우편 press@hufs.ac.kr 출판등록 제6-6호(1969. 4. 30)
디자인 · 편집	(주)이환디앤비 02)2254-4301
인쇄 · 제본	(주)케이프린텍 053)313-3673

ISBN 979-11-5901-816-9 13730 정가 31,000원

*잘못된 책은 교환하여 드립니다.

multicampus OPIc 공식 주관사인 멀티캠퍼스 외국어연구소는 OPIc - English, Korean, Chinese, Japanese, Spanish, Russian, OPIc Writing, OPIc Listening & Reading 시험대비 뿐 아니라, 외국어 일반회화, 비즈니스 회화에 이르기까지 다양한 영역의 외국어 전문 교육 콘텐츠를 제공합니다. 멀티캠퍼스 외국어연구소가 개발한 콘텐츠들은 온라인, 학원, 모바일, 전화, 교재 등의 다양한 방법으로 만나보실 수 있습니다.

HUiNE은 한국외국어대학교 지식출판콘텐츠원의 어학도서, 사회과학도서, 지역학 도서 Sub Brand이다. 한국외대의 영문명인 HUFS, 현명한 국제전문가 양성(International +Intelligent)의 의미를 담고 있으며, 휴인(携引)의 뜻인 '이끌다, 끌고 나가다'라는 의미처럼 출판계를 이끄는 리더로서, 혁신의 이미지를 담고 있다.

이 책의 음원(mp3)은 한국외국어대학교 지식출판콘텐츠원 홈페이지 (press.hufs.ac.kr) - 게시판 - 자료실에서 다운받아 사용하시기 바랍니다.